CS Lewis (1898–1963) - Ukristo Tu, Ulioishi Kikamilifu

Kutoka kwa Akili Isiyojali Hadi Maisha Yaliyobadilika

Nyaraka Zilizo Hai – Mfululizo wa Ibada wa Siku 40 | Kitabu cha 2

Na
CS Lewis; Zacharias Godseagle ;
Amb . MO Ogbe ;
C . Ladi Ogbe ;

Table of Contents

HAKI MILIKI © UKURASA

CS Lewis (1898–1963) - Ukristo Tu, Ulioishi Kikamilifu Kutoka kwa Akili Isiyojali Hadi Maisha Yaliyobadilika Nyaraka Zilizo Hai - Mfululizo wa Ibada wa Siku 40 | Kitabu cha 2

WAANDISHI
Waziri Lewis
Zacharias Godseagle
Balozi Monday O. Ogbe
Comfort Ladi Ogbe

MCHAPISHAJI
Zacharias Godseagle na Huduma za Godseagle Imechapishwa na: **Zacharias Godseagle**
Wasiliana - https://www.otakada.org
ambassador@otakada.org
Simu/SMS +13024922440;
WhatsApp +2348032835348

KANUSHO
Kitabu hiki ni nyenzo ya ibada na ufuasi. Ingawa kinatokana na maandishi ya kihistoria, ikiwa ni pamoja na *Ukiri wa Mtakatifu Augustine* , hakikusudiwi kama toleo muhimu la kitaaluma au mbadala wa maandishi ya msingi ya kitheolojia. Nukuu za maandiko hutumika kwa madhumuni ya ibada na mafundisho. Tafsiri na matumizi huwasilishwa kwa maombi na kichungaji.

TAARIFA YA MAANDIKO
Isipokuwa imeonyeshwa vinginevyo, nukuu za Maandiko zimechukuliwa kutoka kwa tafsiri za Kiingereza zinazotumika sana. Msisitizo umeongezwa katika sehemu za uwazi na umakini wa ibada.

TAARIFA ZA UCHAPISHAJI
Imechapishwa Marekani
Toleo la Kwanza

KUHUSU KITABU – CS Lewis (1898–1963) - Ukristo Tu, Ulioishi Kikamilifu

Kutoka kwa Akili Isiyojali Hadi Maisha Yaliyobadilika

Ni nini hutokea wakati Ukristo hauaminiki tu—bali *unaishi* ?

Kabla ya Ukristo wa Kawaida kuwa mojawapo ya vitabu vya Kikristo vyenye ushawishi mkubwa zaidi vya karne ya ishirini, mwandishi wake alikuwa mwongofu asiyetaka—mwenye akili nyingi, aliyejeruhiwa, mwenye shaka, na anayempinga Mungu. CS Lewis hakufikia imani kwa urahisi, wala hakuikubali kwa hisia. Alitetea njia yake kuelekea imani, akaipinga vikali, na hatimaye akajisalimisha kwa kile alichokiita "uongofu uliovunjika moyo na usiotaka zaidi katika Uingereza yote." Kitabu hiki kinaanzia hapo.

Ukristo Tu, Ulioishi Kamili Unawaalika wasomaji katika safari ya siku 40 ambayo inaleta *mawazo ya Lewis katika utii wa kila siku* . Kwa kutumia maisha yake ya awali, mapambano ya kiakili, hasara za kibinafsi, matangazo ya wakati wa vita, na maandishi ya kudumu, ibada hii haielezi tu Ukristo—inamfundisha **msomaji kuutekeleza** .

Wasomaji wengi wanaipenda *Ukristo wa Kawaida* lakini wanajitahidi kuutumia. Baadhi wanaona ni wa kina lakini wa kufikirika. Wengine wanasifu uwazi wake huku wakitamani ueleze moja kwa moja zaidi kuhusu shinikizo la maisha ya kisasa. Ibada hii inajibu mivutano hiyo ya muda mrefu kwa kufanya kile Lewis mwenyewe alichoamini imani lazima ifanye: **kuhama kutoka akili hadi kitendo, kutoka kusadikika hadi tabia** .

Kila siku inachanganya:

- Tukio **la wasifu** kutoka kwa maisha ya Lewis
- Ufahamu **wa msingi** unaotokana na *Ukristo wa Kawaida* na maandishi yanayohusiana
- Tafakari **ya kisasa** inayotafsiri mawazo ya Lewis katika lugha ya kila siku
- Kitendo **cha vitendo au zoezi la kiroho** linalohusisha akili, moyo, na utashi

Badala ya kumlemea msomaji kwa theolojia, kitabu hiki hufunua uundaji polepole—kikiruhusu ukweli kuota mizizi kupitia tafakari, nidhamu, na mwitikio ulio hai. Wasomaji hawaombiwi tu kukubaliana na Lewis, bali kutembea **naye** , wakipambana kwa uaminifu na shaka, kiburi, mateso, utii, na furaha.

Huu si muhtasari wa *Ukristo wa kawaida* .

Ni **kuzamishwa kwa mwongozo** .

Sio wasifu pekee.

Sio mwongozo wa kuomba msamaha.

Lakini barua iliyo hai—iliyoandikwa si kwenye karatasi, bali katika maisha ya msomaji.
Kama Augustine alitufundisha moyo usiotulia, Lewis anatufundisha nia njema.
Na kitabu hiki kinakualika kuishi unachoamini—siku moja baada ya nyingine.

KITABU HIKI NI CHA NANI?

Kitabu hiki ni kwa ajili ya wasomaji wanaofikiria kwa undani—na wanaotaka kuishi kwa uaminifu.
Imeandikwa kwa ajili ya wale wanaopenda *Ukristo wa Kawaida* lakini wanaona kwamba imani pekee si mwisho wa safari.
Kwa wale wanaokubaliana na uwazi wa mawazo wa CS Lewis, lakini wanaona mvutano wa kila siku kati ya imani na utendaji.
Kitabu hiki ni kwa ajili ya:

- Wakristo wanaoamini imani lazima wahusishe **akili na utii**
- Wasomaji walioumbwa na shaka, sababu, mateso, au uaminifu wa kiakili
- Watafutaji wanaotaka zaidi ya hisia, lakini chini ya dhana tu
- Waumini wanaotamani malezi, si taarifa tu
- Wasomaji wanaopitia maisha ya kisasa wanaohitaji ukweli wa kale kutafsiriwa kuwa uhalisia ulio hai

Ni hasa kwa wale ambao wamewahi kusema:

- *"Ninaamini hili—lakini ninawezaje kuliishi?"*
- *"Imani yangu inaeleweka, lakini maisha yangu bado hayajafikia lengo."*
- *"Nataka Ukristo unaounda tabia, si maoni tu."*

Hiki si kitabu cha kusoma bila kufanya kazi.
Ni cha wale walio tayari kuumbwa.

UTAKACHOPATA KUTOKA SAFARI HII

Safari hii ya ibada ya siku 40 imeundwa ili **kuunda mtu mzima** —akili, moyo, na utashi.
Kupitia masomo ya kila siku, utapokea:

• Picha Hai ya CS Lewis
Utakutana na Lewis si kama alama ya mbali ya kiakili, bali kama mtu aliyeumbwa na huzuni, shaka, mawazo, nidhamu, na kujisalimisha kwa kusitasita. Maisha yake ya awali, mapambano, na mabadiliko hutoa mfumo wa kibinadamu wa imani unaohisi kuwa wa kweli na unaoweza kufikiwa.

• Ukristo Tu Uliotafsiriwa Katika Maisha ya Kila Siku
Mawazo ya msingi kutoka *Ukristo Tu* yanaelezwa upya katika lugha ya kisasa na kutumika kwa hali halisi za kila siku—kazi, mahusiano, dhamiri, mateso, utii, na furaha.

• Malezi ya Kiroho Yaliyopangwa
Kila siku hufuata mdundo wa makusudi: tafakari, ufahamu, na mwitikio—ikiruhusu ukweli kuhama kutoka uelewa hadi vitendo.

• Imani Inayoongozwa na Vitendo
Safari hii haikuombi tu kukubaliana na ukweli wa Kikristo. Inakualika kuufanya—kupitia mazoezi ya makusudi yanayounda tabia, maamuzi, na tabia.

• Kina cha Hatua kwa Hatua, Sio Kuzidi Uwezo
Badala ya kufichua kila kitu kwa wakati mmoja, ibada hii hufunua uundaji hatua kwa hatua, ikiruhusu nafasi ya kutafakari, upinzani, na ukuaji.
Mwishoni mwa siku hizi arobaini, wasomaji hawatamjua Lewis vizuri zaidi.
Watajielewa wenyewe kwa uaminifu zaidi—na kuwa na vifaa bora vya kuishi wanachoamini.

NUKUU SABA ZA MAONI YENYE NGUVU

"Ukristo tu unaelezea kile Wakristo wanaamini. Kitabu hiki kinakusaidia kuishi maisha yake."

"Lewis haipunguzii imani—na ibada hii pia haifanyi hivyo. Inampa msomaji changamoto ya utii, si makubaliano tu."

"Vitabu vichache vimeunda Ukristo wa kisasa kama *Ukristo wa Kawaida* . Ibada hii hatimaye huleta mawazo yake katika vitendo vya kila siku."

"CS Lewis anazungumza na akili ya kisasa kwa sababu yeye mwenyewe alipambana na shaka kwanza. Kitabu hiki kinauonyesha uaminifu huo kwa uzuri."

"Wazi, imara, na yenye vitendo vya kina—wazo la Lewis huonekana linapounganishwa na vitendo vya kila siku."

"Huu si kujitolea kwa hisia. Ni jambo la kufikiria, linalohitaji juhudi nyingi, na lenye thawabu kubwa."

"Lewis hukutana na msomaji mahali walipo—lakini kamwe hamwachi kubaki hapo."

Shalom!

Zacharias Godseagle ; Amb MO Ogbe ; C. Ladi Ogbe
Huduma za Tai wa Mungu
https://www.otakada.org
ambassador@otakada.org

KIFUNGUO CHA JAMBO LA JAMBO LA NYUMA LA KURUDI KWENYE BEGI LA KARATASI

Ukristo tu ulielezea imani. - Kitabu hiki kinakusaidia kuishi nayo.

Kabla ya CS Lewis kuwa mmoja wa sauti zenye ushawishi mkubwa wa Ukristo, alikuwa mwongofu asiyetaka—mwenye kipaji, aliyejeruhiwa, mwenye shaka, na anayepinga Mungu. Safari yake kutoka kwa shaka hadi kujisalimisha iliunda *Ukristo wa Kawaida* , kitabu ambacho kimewaongoza mamilioni kuelekea imani.

Ukristo Tu, Maisha Kamilifu huwaalika wasomaji kwenda mbali zaidi.

Ibada hii ya siku 40 inachanganya maisha ya awali ya Lewis, maarifa ya msingi kutoka kwa *Ukristo wa Kawaida* , na matumizi ya kila siku ya vitendo katika safari ya malezi ya maisha. Badala ya kufupisha theolojia, inamfundisha msomaji kuizoea—siku baada ya siku. Kila tafakari huchanganya wasifu, ukweli wa Kikristo usiopitwa na wakati, lugha ya kisasa, na hatua ya makusudi, na kusaidia imani kuhama kutoka ukurasa hadi maisha ya kila siku.
Hii si ibada tu,
ni mwaliko wa malezi.

Sio tu kufikiri kama Mkristo—
bali kuishi kama Mkristo.
Nyaraka Zilizo Hai - ambapo imani inaonekana.

KUJITOA

Kwa wote wanaoamini—
na kwa wale wanaojitahidi kuamini; kwa akili zinazotafuta uwazi, mioyo inayotamani uaminifu, na maisha ambayo bado yameandikwa kwa neema ya Mungu.
Kwa wasomaji walio katika safari ndefu
kutoka kwa sababu hadi kujisalimisha, kutoka kwa imani iliyochunguzwa hadi imani iliyoishi kikamilifu.

SHUKRANI

Kazi hii imesimama juu ya mabega ya imani iliyochunguzwa kwa makini na kuishi kwa ujasiri.

Tunashukuru sana kwa ushuhuda wa kudumu wa **CS Lewis** , ambaye uaminifu wake wa kiakili, uwazi wa kimawazo, na utii wake mnyenyekevu unaendelea kuwaongoza wasomaji wengi kuelekea Ukristo wa kina na wa kudumu zaidi. Ingawa imetenganishwa na wakati, sauti yake inabaki kuwapo kwa kushangaza—ikiwaita akili za kisasa kuzingatia ukweli, wema, na utu wa Kristo si kama wazo la kufikirika, bali kama Bwana aliye hai.

Tunawashukuru wasomi wengi, walimu, wachungaji, na waandishi ambao uhifadhi na tafsiri yao ya uangalifu ya maisha na maandishi ya Lewis imewezesha safari hii ya ibada. Kazi yao imesaidia kuhakikisha kwamba imani inayotokana na akili inabaki kupatikana kwa kila kizazi kipya.

Pia tunashukuru kwa jumuiya ya kimataifa ya wasomaji—watafutaji, wenye shaka, waumini, na wanaojitahidi—ambao maswali yao, tafakari, na ukosoaji wa kweli umeunda maono ya kitabu hiki. Mada nyingi zinazozungumziwa hapa zinatokana na mvutano halisi unaotolewa na wasomaji wa *Mere Christianity* : hamu ya uwazi bila ubaridi, kusadiki bila kiburi, na imani inayobadilisha maisha ya kila siku badala ya kubaki ya kinadharia.

Shukrani za pekee ziwaendee wale waliochangia katika uundaji wa ibada na matumizi ya kiroho ya kazi hii. Utambuzi wako wa maombi ulisaidia kuunda kitabu hiki si tu kama tafakari ya mawazo ya Lewis, bali kama mwaliko wa kuyaishi.

Zaidi ya yote, tunamtambua Mungu—ambaye hukutana na akili zenye kusitasita kwa uvumilivu, hufuata mioyo inayotangatanga kwa neema, na anaendelea kuandika barua zilizo hai kupitia maisha ya kawaida yaliyojisalimisha kwa mapenzi Yake.

Kazi hii isitumike kama mwisho, bali kama mwanzo.

SHUKRANI YA MCHAPISHI

Kitabu hiki kimechapishwa kama sehemu ya **Nyaraka Zilizo Hai - Mfululizo wa Ibada za Siku 40** , mpango wa uanafunzi unaojitolea kuunda waumini ambao imani yao si tu kwamba inakiriwa, bali pia inamwilishwa.

Mfululizo huo ulianza na ***Mtakatifu Augustine wa Hippo (354–430 BK): Kutoka Moyo Usiotulia hadi Maisha Yaliyoandikwa*** , ambayo ilifuatilia safari ya Augustine kutoka kwa msukosuko wa ndani hadi utii uliojisalimisha. Juzuu hiyo ya kwanza iliweka msingi wa imani ya kazi hii: kwamba Mungu anaendelea kuandika ukweli Wake kupitia maisha yaliyotolewa, na kwamba ushuhuda wa wanaume na wanawake waaminifu unabaki kuwa mafundisho hai kwa Kanisa la leo.

Juzuu ya kwanza katika mfululizo wa Nyaraka Zilizo Hai inapatikana hapa:
https://www.amazon.com/ST-AUGUSTINE-HIPPO-354-430-Devotional-ebook/dp/B0GJN8N9XS

Ukristo Tu, Ulioishi Kamilifu huendeleza maono haya kwa kugeukia maisha na mawazo ya **CS Lewis** , ambaye uongofu wake wa kusitasita na imani yake yenye nidhamu huzungumza kwa nguvu na akili ya kisasa. Ambapo Augustine alifunua moyo usiotulia, Lewis anakabiliana na utashi sugu—akiwaita waumini nje ya imani na kuwatii kila siku.

Godseagle Ministries huchapisha mfululizo wa Nyaraka Zilizo Hai kwa agizo lililo wazi: kusimamia rasilimali zinazozingatia Maandiko ambazo hufunza mataifa, huimarisha Kanisa, na kuwaandaa waumini kuishi kwa kuonekana kama mabalozi wa Kristo. Tunaamini kwamba imani haitegemezwi na mawazo pekee, bali na maisha yaliyoumbwa kupitia ukweli, yanayojaribiwa na utii, na kuwezeshwa na Roho wa Mungu.

Kila juzuu katika mfululizo huu hutolewa kwa maombi, kwa matumaini kwamba wasomaji hawatajifunza tu kutokana na yaliyopita, bali wataitikia wakati uliopo—kumruhusu Mungu kuendelea kuandika nyaraka zake zilizo hai kupitia maisha ya kawaida yaliyojisalimisha kwa makusudi Yake.

Tunamshukuru kila msomaji anayeingia katika safari hii, tukiamini kwamba Mungu yule yule aliyewabadilisha Augustine na Lewis bado anafanya kazi leo.

DIBAJI

Ukristo haujawahi kudumishwa na mawazo pekee.
Umekuwa ukiendelezwa kila mara katika maisha.
Kuanzia utii wa Ibrahimu hadi kujisalimisha kwa Paulo, kuanzia ungamo lisilotulia la Augustine hadi kujisalimisha kwa kusitasita kwa **CS Lewis** , Mungu amechagua kujitambulisha si tu kupitia ufunuo ulioandikwa, bali pia kupitia imani iliyo ndani. Maandiko yanafunua ukweli; maisha yanaonyesha jinsi ukweli huo unavyoonekana unapoaminika, unapopingwa, unapojaribiwa, na hatimaye unapotii.

Kitabu hiki kiliandikwa kwa imani hiyo.
Ukristo tu umewasaidia mamilioni kuelewa kile Wakristo wanaamini. Umefafanua mafundisho, umeondoa mkanganyiko, na kusema kwa ushawishi kwa akili zenye mawazo katika vizazi vingi. Hata hivyo, wasomaji wengi wamehisi pengo tulivu kati ya uelewa na kuishi—kati ya makubaliano na utii. Ibada hii ilizaliwa ili kukabiliana na pengo hilo.
CS Lewis mwenyewe alielewa vyema. Safari yake kuelekea Kristo haikuwa na shauku ya kihisia au uhakika wa papo hapo, bali kwa upinzani mrefu, hoja makini, na hatimaye kujisalimisha kulikomgharimu udhibiti. Aliamini kabla ya kutii. Alibishana kabla ya kupiga magoti. Na alipokubali hatimaye, alifanya hivyo si kwa sababu imani ilihisi rahisi, bali kwa sababu ukweli haukumwachia njia mbadala.

Mvutano huo—kati ya kusadiki na mabadiliko—unabaki kuwa wa kisasa sana.

Tunaishi katika enzi iliyojaa taarifa na elimu duni. Waumini wengi wanajua wanachoamini, lakini wanajitahidi kuishi kwa uthabiti. Imani inathibitishwa, lakini imegawanywa katika makundi. Kristo anapendwa, lakini hafuatwi kila wakati .

Lewis aliona hatari hii waziwazi na akasisitiza kwamba Ukristo, ikiwa ni kweli, lazima utufanye upya—sio tu kututia moyo.

Kitabu hiki kinakualika katika hesabu hiyo hiyo.

Ukristo Tu, Ulioishi Kikamilifu si mwongozo wa kujifunza, wala wasifu kwa maana ya kawaida. Ni safari ya siku 40 iliyoundwa kusaidia imani kuchukua mwili kupitia tafakari ya kila siku, uchunguzi wa kweli wa nafsi, na majibu ya makusudi. Kwa kuzingatia maisha ya awali ya Lewis, uongofu wake wa kusitasita, na ufahamu wa kudumu wa *Ukristo Tu* , kila siku inakualika kusonga mbele zaidi ya makubaliano yasiyo na msingi na kuwa utii wa vitendo.

Siku zijazo hupangwa kimakusudi. Hazifanyi haraka, wala hazizidishi. Ukweli unaruhusiwa kufunuliwa polepole, ukitoa nafasi ya upinzani, utambuzi, na majibu. Baadhi ya siku zitafafanua. Nyingine zinaweza kutatanisha. Baadhi zinaweza kukabiliana na tabia au mawazo ambayo hayajachunguzwa kwa muda mrefu. Hilo ni la makusudi. Uundaji mara chache hutokea bila msuguano.

Kitabu hiki hakikuombi uwe kama CS Lewis.

Kinakualika uwe kile ambacho Lewis mwenyewe aliamini kila Mkristo ameitwa kuwa: maisha ambayo Kristo hatambuliwi tu, bali pia anaonyeshwa.

Unapoanza, njoo kwa uaminifu.

Huhitaji uhakika—nia pekee. Huhitaji ukamilifu—jisalimishe tu.

Lengo la safari hii si kumaliza masomo arobaini, bali ni kuanza njia tofauti ya maisha. Kurasa hizi zisitumike kama mwisho, bali kama mlango—wa kuingia katika imani yenye mawazo, nidhamu, na kuishi kikamilifu.

MAPITIO YA MAPEMA YA WASOMAJI

"Nimesoma *Mere Christianity* zaidi ya mara moja, lakini ibada hii hatimaye ilinisaidia kupunguza mwendo na kuruhusu ukweli wake ubadilishe tabia zangu za kila siku."

"Kitabu hiki hakikuruhusu kujificha nyuma ya pongezi kwa Lewis. Kinauliza kwa upole lakini kwa uthabiti utii unaonekanaje hasa."

"Mchanganyiko wa wasifu, tafakari, na vitendo ulifanya hii ionekane kama mafunzo ya kiroho yanayoongozwa badala ya ibada."

"Kilichonishangaza zaidi ni jinsi hii ilivyokuwa ya kibinafsi. Mapambano ya Lewis ya awali yalifanana na yangu zaidi ya nilivyotarajia."

"Mwenye kufikiria bila kuwa mzito, mwenye changamoto bila kuwa mkali. Hii ni ibada kwa watu wanaotaka imani yao ikomae."

"Nilithamini kwamba hili halikuharakishwa. Kila siku ilijengwa juu ya mwisho, ikitoa nafasi ya kusadikika, upinzani, na ukuaji."

"Mwishoni mwa siku arobaini, niligundua kuwa hii haikuwa tu kuhusu Lewis au *Ukristo wa kawaida* . Ilikuwa kuhusu jinsi nilivyokuwa nikiishi."

UTANGULIZI

"Ninyi ndinyi barua yetu, iliyoandikwa mioyoni mwetu, inayojulikana na kusomwa na watu wote."
— 2 Wakorintho 3:2

Ukristo haukukusudiwa kamwe kubaki kama nadharia.

Haikutolewa tu ili kutetewa, kuelezewa, au kupongezwa, bali ili **iumbwe** —kuchukua umbo linaloonekana katika maisha ya kawaida yaliyojisalimisha kwa Kristo wa ajabu. Injili haiishii na imani; inaanzia hapo. Ushuhuda wake wa kweli haupatikani tu katika vitabu, bali katika watu ambao maisha yao yameelekezwa upya na ukweli.

Huu ndio usadikisho ulio nyuma ya mfululizo wa **Nyaraka Zilizo Hai** .

Kila kitabu kimejengwa juu ya wazo rahisi lakini lenye kuhitaji juhudi: kwamba maisha ya wale walioshindana kwa uaminifu na Mungu, ukweli, na utii bado yanazungumza—sio kama historia ya mbali, bali kama mafundisho hai. Mapambano yao, kushindwa, kuchelewa, na hatimaye kujisalimisha huonyesha jinsi imani inavyoota mizizi katika uzoefu halisi wa kibinadamu.

Katika kitabu hiki, tunamgeukia **CS Lewis (1898–1963)** —si kwa sababu aliishi maisha ya Kikristo yasiyo na dosari, bali kwa sababu aliishi maisha *ya kweli* .

Lewis hakuanza kama mwamini mwenye hamu ya utii. Alianza kama akili isiyojali—kali, mwenye mawazo, aliyejeruhiwa, na anayepinga Mungu. Alipenda akili, uzuri, na uwazi wa maadili, lakini alipinga mamlaka ambayo Ukristo ulidai. Safari yake kuelekea Kristo haikuwa ya haraka au ya hisia; ilikuwa na alama ya hoja, kuchelewa, na kujisalimisha ambayo iligharimu.

Hilo hufanya sauti yake iwe muhimu sana sasa.

Tunaishi katika enzi ambapo imani ni rahisi kukiri, lakini utii mara nyingi huahirishwa. Imani hujadiliwa, hujadiliwa, na kushirikiwa, lakini mara chache huruhusiwa kupanga upya maisha kabisa. Watu wengi wanakubaliana na Ukristo kimsingi wanapojadili mahitaji yake kivitendo. Lewis alitambua mvutano huu waziwazi na akasisitiza kwamba Ukristo, ikiwa ni kweli, hauachi nafasi ya kutoegemea upande wowote kwa starehe.

Kitabu hiki kinakualika katika hesabu hiyo hiyo.

Ukristo Tu, Maisha Kamilifu si utangulizi wa mawazo ya Lewis, wala si mbadala wa maandishi yake. Ni **safari inayoongozwa** ambayo huleta maisha yake, mawazo yake, na madai ya Kristo katika mazungumzo na uzoefu wako wa kila siku. Haikurupuki kupata majibu, lakini hairuhusu kuepuka. Inauliza kile Lewis mwenyewe alikabiliana nacho: *Ikiwa hii ni kweli, basi ninapaswa kuishije?*

Sura zinazofuata zimeundwa ili zisonge polepole na kwa makusudi. Utakutana na nyakati kutoka maisha ya awali ya Lewis, maarifa yaliyotolewa kutoka kwa *Ukristo wa Kawaida* , na tafakari zinazotafsiri ukweli huo katika lugha ya kisasa. Kila hatua huandaa msingi kwa kile kinachofuata, ikiruhusu nafasi ya kutambuliwa kabla ya majibu, na kusadikika kabla ya kutenda.

Hutarajiwi kufika kwa uhakika.
Unaalikwa kufika kwa uaminifu.

Lengo la safari hii si kumpenda CS Lewis, wala hata kufahamu mawazo ya Kikristo, bali ni kuchunguza jinsi imani inavyokuwa utii—jinsi ukweli unavyoonekana katika tabia, maamuzi, mahusiano, na tabia.

Kabla ya safari ya kila siku kuanza, sehemu inayofuata itakusaidia kubaki pale Lewis mwenyewe alipokaa: katika nafasi kati ya upinzani na kujisalimisha, kati ya kujua na kujisalimisha. Hapo, msingi umewekwa kwa ajili ya imani ambayo haibaki kuwa ya kinadharia, bali inaishi kikamilifu.

UTANGULIZI WA SEHEMU YA KWANZA

KABLA YA UKRISTO TU

Kutengeneza Nafsi Isiyo na Uraibu

Kabla ya Ukristo kuwa kitu cha kuelezewa, kutetewa, au kuishi, kilikuwa kitu **kinachopingwa** .

Sehemu ya Kwanza ya kitabu hiki haianzi na imani. Inaanza na malezi.

Muda mrefu kabla ya *Ukristo wa kawaida* kuandikwa, maisha ambayo yangeuzalisha yalikuwa yakiumbwa kimya kimya—kwa hasara, hamu, mawazo, akili, na utashi usiobadilika. Nguvu hizi za awali hazikumwongoza CS Lewis moja kwa moja kwenye imani. Zilimtayarisha kwa ajili ya hesabu ambayo hangeweza kuiepuka.

Sehemu hii inakualika kukaa hapo.

Hapa, Lewis bado si mfikiri Mkristo ambaye wengi humsifu. Ni mvulana aliyejeruhiwa na huzuni, kijana aliyeamshwa na uzuri, akili yenye nidhamu inayopinga mamlaka, na mkosoaji mwaminifu asiyetaka kujisalimisha bila sababu. Maswali yake si ya kina kifupi, upinzani wake si wa uzembe. Anaamini ukweli ni muhimu—na imani hiyo yenyewe inakuwa ghali.

Hii ndiyo sababu hadithi yake inabaki kuwa ya kisasa sana.

Watu wengi leo hawakatai Ukristo moja kwa moja. Wanauahirisha. Wanaupenda. Wanauweka mbali huku wakiendelea kujengwa kwa undani na matukio yanayofanya kujisalimisha kuhisi kutokuwa salama. Imani haikatazwi; inachelewa. Utii haukatazwi; unajadiliwa.

Sehemu ya Kwanza inaeleza jinsi mkao huu unavyopata umbo.

Sura hizi hazikukusudii kukushawishi.
Zinakusudii **kukusaidia kujitambua** .

Hujaombwa kukubaliana au kutokubaliana bado.
Umeombwa kutambua—jinsi hasara inavyofundisha tahadhari, jinsi hamu inavyoamsha hamu, jinsi busara inavyohitaji uaminifu, jinsi dhamiri inavyokataa ukimya, na jinsi kujisalimisha mara nyingi kunavyohisi kama kushindwa kabla ya kuwa uhuru.

Huu ndio udongo ambao *Ukristo wa kawaida* ulichipuka.
Pia ni udongo ambao wasomaji wengi bado wanaushikilia.

Kabla imani haijawa utii, malezi tayari yameanza.

Kinachofuata si utetezi wa imani, wala ramani ya kuelekea imani.

Ni ufuatiliaji wa uundaji.

Kabla ya Ukristo kuwa kitu ambacho CS Lewis angewaelezea wengine, ilikuwa ni kitu alichokipinga ndani yake mwenyewe. Maswali yake hayakuibuka kama ombwe; yaliumbwa na hasara, hamu, mawazo, na kukataa kwa nidhamu kujisalimisha bila uaminifu.

Sehemu ya Kwanza inaingia katika ulimwengu huo wa ndani.

Sura hizi hazikimbilii kwenye hitimisho. Zinasonga polepole, kwa makusudi, kupitia nguvu zilizounda roho iliyosita—

nguvu ambazo bado zinaunda maisha ya watu wengi leo. Hapa, imani bado haijawa utii. Imani bado haijawa ya kibinafsi. Lakini msingi unaandaliwa.

Safari huanza ambapo upinzani bado unahisiwa kuwa wa busara.

SURA YA KWANZA

KABLA YA IMANI KUWA UTII

Jinsi Nafsi Iliyositasita Ilivyoandaliwa kwa Ajili ya Ukweli

Muda mrefu kabla ya **CS Lewis** kuwa mmoja wa sauti zinazoaminika zaidi katika mawazo ya Kikristo, alikuwa mvulana aliyeumbwa na huzuni, mawazo, na njaa isiyoisha ya maana.

Hadithi ya Lewis haianzi na imani.
Inaanza na **hasara** .

Akiwa na umri mdogo, Lewis alimpoteza mama yake. Jeraha halikuwa la kihisia tu—lilibadilisha ulimwengu wake wa ndani. Usalama ulitoweka. Uhakika ulivunjika. Mungu, kama angekuwepo, alionekana kuwa mbali au asiyeaminika. Kama wengi leo wanaokutana na maumivu mapema, Lewis alijifunza kuishi kwa kugeuka ndani—kuwa vitabu, mawazo, na baadaye, akili. Alijenga ulimwengu ambapo maana inaweza kudhibitiwa, ambapo sababu ilibadilisha uaminifu, na ambapo hamu inaweza kutajwa bila kujibiwa.

Hii, pia, inahisi kama ya kisasa.

Watu wengi leo hawakukataa Ukristo kwa sababu waliuchunguza kwa makini. Waliuacha kwa sababu maisha yaliumia mapema, maswali hayakujibiwa, au mamlaka yaliwaangusha. Imani haikuanguka chini ya mabishano—ilipungua kimya kimya chini ya kukata tamaa.

Maisha ya Lewis ya awali yalimfundisha kufikiria kwa ukali, lakini kuamini kwa uangalifu.

Alipokua, mawazo yake yalistawi. Hadithi, hadithi, ushairi, na hadithi viliamsha ndani yake hisia ya kina kwamba ukweli lazima umaanishe zaidi ya kuishi na raha. Alihisi kwamba uzuri ulielekeza zaidi ya yenyewe, hamu hiyo iliashiria kitu halisi. Lakini Ukristo ulipojitokeza, aliupinga kwa nguvu. Hakukataa maadili. Hakukataa uzuri. Alikataa **utii** . Mungu, ikiwa ni kweli, angedai zaidi ya vile Lewis alivyokuwa tayari kutoa.

Kwa hivyo alichelewa.

Wasomaji wengi wa kisasa hutambua mkao huu mara moja. Wanaamini kuna "kitu kingine zaidi," lakini wanasita kuiita Mungu. Wanamsifu Kristo, lakini wanasita kumfuata. Wanatamani maana, lakini wanaogopa kujisalimisha.

Lewis aliishi kwa miaka mingi katika nafasi hii—kile kinachoweza kuitwa **upinzani wa kweli** . Hakujifanya kutokuamini kulikuwa rahisi. Alikubali kwamba sheria ya maadili ilimsukuma. Alijua mema na mabaya yalionekana kuwa halisi, yanafunga, na hayaepukiki. Na bado alijua pia kwamba ikiwa Ukristo ungekuwa wa kweli, haungehitaji marekebisho, bali **ungekubali** .

Mvutano huu—kati ya kujua na kutii—hatimaye uliunda moyo wa **Ukristo wa Kawaida** .

Ukristo tu haukuandikwa kama tamko la ushindi la imani. Uliundwa katika moto wa polepole wa kujisalimisha kiakili. Lewis alikuwa amejitetea katika kona ambapo uaminifu ulidai uamuzi. Alijielezea kwa umaarufu kama "mwongofu aliyesita zaidi katika Uingereza yote." Uongofu wake haukuwa na furaha ya kihisia, bali kwa kuanguka kimya kimya kwa upinzani.

Hilo pia linazungumzia wakati wetu.

Katika ulimwengu uliojaa taarifa, imani mara nyingi huja kwa urahisi. Utii hauji. Tunakusanya mahubiri, podikasti, vitabu, na nukuu, lakini tunabaki bila kubadilika. Tunajadiliana na Kristo badala ya kupiga magoti mbele Yake. Lewis alitambua hili kama tatizo kuu la kisasa—sio ujinga, bali **kujisalimisha nusu** .

Ukristo tu uliibuka Lewis alipojaribu kuelezea kile alichokuwa akijifunza: kwamba Ukristo si kuhusu kuwa watu wema zaidi, bali kuhusu kuwa wapya. Si kuhusu kusimamia tabia, bali kuhusu kupitia mabadiliko. Si kuhusu kuongeza Mungu katika maisha yetu, bali kuhusu kumruhusu Mungu kupanga upya kila kitu.

Maisha yake ya awali—yaliyojaa huzuni, mawazo, kiburi cha kiakili, na kusitasita kukubali—yalimpa sauti ya kipekee. Angeweza kuzungumza na wenye shaka bila dharau na kwa waumini bila kubembeleza. Alielewa roho ya kisasa kwa sababu alikuwa ameishi ndani yake.

Na kwa hivyo Lewis anapoandika kuhusu kiburi, hafanyi nadharia.
Anapoandika kuhusu maadili, hafanyi kwa ufupi.
Anapoandika kuhusu Kristo, anamwelezea Mtu aliyevuruga ulimwengu wake wa ndani uliopangwa kwa uangalifu.

Nguvu ya kudumu ya *Ukristo wa Kawaida* iko hapa: hairuhusu wasomaji kubaki waangalizi. Inasisitiza kimya kimya kwamba ikiwa Ukristo ni wa kweli, basi kutoegemea upande wowote haiwezekani. Kristo lazima apingwe au atiiwe.

Hii ndiyo sababu kazi ya Lewis inaendelea kusambaa katika vizazi, tamaduni, na madhehebu. Havutii tu watu wa ndani wa kidini. Anazungumza na wanaositasita, wenye mawazo, waliojeruhiwa, na wasiotulia. Anaandika kwa ajili ya wale wanaohisi kwamba imani bila mabadiliko ni bure—na kwamba mabadiliko bila kujisalimisha hayawezekani.

Safari hii inaanza pale Lewis mwenyewe aliposimama:
kati ya pongezi na utii, kati ya uelewa na kujitolea, kati ya maisha ya kujiongoza na maisha ya Kristo.

Huombwi kukubaliana na Lewis.
Unaalikwa kuchunguza maswali yale ya ndani yaliyomjenga—na kugundua mahali ambapo maswali hayo tayari yanaishi ndani yako.

Sura zinazofuata hazitakukimbiza.
Hazitakuzidisha. Lakini hazitakuacha bila kuguswa.

Kwa sasa, inatosha kutambua hili:
muda mrefu kabla imani haijawa kitendo, lazima iwe **ya kibinafsi** .

Safari haianzi na majibu.
Inaanza na uaminifu.

VIPENGELE VYA MASHINDANO

Maswali ya Kujichunguza kwa Uaminifu

Maswali haya hayakusudiwi kujibiwa haraka.
Yanakusudiwi kutambuliwa.

Waruhusu kutambua kwa nje badala ya kusuluhisha.

1. **Ni wapi katika hadithi yako imani ilichanganyika—sio kwa hoja, bali kwa uzoefu?**
   Ni wakati gani kimya kimya uliobadilisha jinsi imani ilivyohisi salama kwako?
2. **Ni kwa njia gani unaona ni rahisi kufikiria kuhusu imani kuliko kukubali?**
   Uelewa umechukua nafasi ya kujisalimisha wapi?
3. **Ni kweli gani unazokubaliana nazo ambazo bado hujazitii?**
   Kuwa mahususi, si kwa ujumla.
4. **Wewe binafsi unacheleweshaje utii?**
   Kupitia uchambuzi? Kukengeushwa? Nia njema inaahirishwa?
5. **Utii ungekugharimu nini sasa hivi—sio kwa njia ya kufikirika, bali kwa njia halisi?**
   Ni udhibiti gani, utambulisho, au usalama unaohisi kutishiwa?
6. **Je, umewahi kuhisi kwamba Ukristo ulikuwa wa kweli, lakini ukaupinga kwa sababu ya kile ambacho ungehitaji?**
   Kaa kwa uaminifu na mvutano huo.
7. **Ni wapi ambapo sifa kwa Kristo inaweza kuwa ikifanya kazi kama mbadala wa kumfuata?**
   Ni nini kinachohisiwa kuwa cha heshima—lakini kisichokubali?
8. **Kama kutoegemea upande wowote kusingekuwa chaguo, ni nini kingehitaji kubadilika katika maisha yako?**
   Usijibu—angalia tu kile kinachojitokeza.

Mwelekeo Mpole kwa Msomaji

Hujaombwa kuhama bado.
Unaombwa *kuona* .

Kabla imani haijawa utii,
ukweli lazima uwe wa kibinafsi.

SURA YA PILI

Kupoteza, Kutamani, na Kuzaliwa kwa Upinzani

Wakati Maumivu Yanapounda Jinsi Tunavyoamini

Muda mrefu kabla imani haijawa suala la mafundisho, inaundwa na uzoefu.

Kwa **CS Lewis** , kufiwa hakukusababisha huzuni tu—kulifunza kimya kimya silika zake. Kifo cha mama yake hakikuacha tu kutokuwepo; kilianzisha swali ambalo lingeendelea kwa miaka mingi: *Je, kuna kitu chochote kinachoweza kuaminiwa kudumu?*

Maumivu yana njia ya kufanya hivyo. Sio kila mara huifanya moyo kuwa mgumu moja kwa moja. Mara nyingi zaidi, hufundisha moyo kujilinda.

Lewis hakujibu hasara kwa kukataa maana. Badala yake, aliitafuta bila kuchoka—lakini kwa masharti yake mwenyewe. Alijifunza mapema jinsi mapenzi yanavyoweza kuwa dhaifu, jinsi faraja isiyoaminika inavyoonekana, jinsi usalama unavyoweza kuyeyuka haraka. Na hivyo akaanza kujenga ulinzi wa ndani—sio kuta za uchungu, bali miundo ya udhibiti.

Hii, pia, inaonekana kuwa ya kisasa bila shaka.

Watu wengi leo hubeba majeraha ambayo mara chache huyataja. Kukatishwa tamaa utotoni. Matarajio ambayo hayajatimizwa. Mamlaka huwafanya washindwe kuyatimiza. Maombi ambayo yalionekana hayajajibiwa. Badala ya kukabiliana na hasara hizi moja kwa moja, hujifunza kulipia—kutegemea uwezo, uhuru, akili, au kujitosheleza. Imani haikataliwa moja kwa moja; huwekwa mbali kwa uangalifu.

Upinzani wa Lewis kwa Mungu haukuwa na msingi wa kutojali. Ulichochewa na tahadhari.

Alitamani sana—uzuri, furaha, kitu kilicho nje ya ulimwengu unaoonekana. Lakini aliogopa kwamba kuamini kikamilifu kungesababisha kukata tamaa tena. Mungu, ikiwa ni kweli, hangetoa faraja tu; angedai kujisalimisha. Na kujisalimisha kulihisi kutokuwa salama.

Kwa hivyo Lewis alijifunza kuvutiwa kutoka mbali.

Mtindo huu unajulikana kwa wengi. Tunaruhusu hamu ipo, lakini tunadhibiti uwezo wake. Tunakubali tamaa, lakini tunakataa udhaifu. Tunasema tuko wazi kwa ukweli—mradi tu hautuhitaji kuachilia udhibiti.

Hasara inatufundisha kuhesabu.

Mawazo ya Lewis yalimpa mwanga wa kitu kingine zaidi—nyakati za furaha kubwa, uzoefu wa muda mfupi wa uzuri ambao ulionyesha uhalisia zaidi ya ulimwengu wa kimwili. Lakini uzoefu huu haukumpeleka kwa Mungu mara moja. Badala yake, ulizidisha mvutano. Ikiwa hamu kama hiyo iliashiria kitu halisi, basi uhalisia wenyewe unaweza kuhitaji majibu.

Na majibu yalimaanisha hatari.

Kwa hivyo Lewis alijifunza kuchanganua hamu badala ya kuitii. Aliipa jina. Aliisoma. Aliidhibiti. Hii ilimruhusu kubaki mwaminifu kiakili bila kufichuliwa kibinafsi. Angeweza kuchunguza maana bila kupiga magoti mbele yake.

Tena, hii inahisi kama ya kisasa sana.

Tunaishi katika utamaduni unaohimiza uchunguzi bila kujitolea. Tunachambua imani, tunajadili mambo ya kiroho, na kutumia maarifa—lakini tunapinga chochote ambacho kingebadilisha maisha yetu. Kutamani kunachukuliwa kama uzoefu wa kusimamia, si ishara ya kufuata.

Upinzani wa Lewis uliundwa hapa, katika mkao huu makini: wazi vya kutosha kuhoji, umefungwa vya kutosha kubaki katika udhibiti.

Lakini hamu ina njia ya kukataa kujizuia.

Tamaa zile zile ambazo Lewis alijaribu kuzitimiza zikawa vikumbusho vya kudumu kwamba kitu—au Mtu—kilikuwa nje ya ulinzi wake. Kupoteza kulimfundisha kutoamini kudumu, lakini kutamani kulisisitiza kwamba kudumu kupo. Maumivu yalimfundisha kujilinda, lakini furaha ilidokeza kwamba kujisalimisha kunaweza kustahili hatari hiyo. Mgogoro huu wa ndani ungekuwa mojawapo ya mivutano mikubwa maishani mwake.

Baadaye Lewis angeandika kuhusu tamaa si kama kitu cha kuridhishwa na vitu mbadala vya kidunia, bali kama ishara inayoelekeza zaidi ya hivyo. Hata hivyo, kabla ya kuelezea ufahamu huu, ilibidi akabiliane na athari zake binafsi. Kutamani hakuwezi kuwa upande wowote. Ilihitaji tafsiri—na hatimaye, majibu.

Kwa wasomaji wengi wa kisasa, sura hii inagusa sehemu nyeti. Huenda tusijitambulishe kama wenye shaka. Tunaweza hata kujitambulisha kama waumini. Lakini tunatambua silika ya kusimamia imani kwa uangalifu—kuruhusu imani bila kufichuliwa, makubaliano bila udhaifu, pongezi bila utii. Kupoteza kunatufundisha tahadhari. Kutamani kunatufundisha kutotulia. Kati ya hizo mbili, upinzani hujikita kimya kimya.

Hadithi ya Lewis inatukumbusha kwamba upinzani si uasi kila wakati. Wakati mwingine ni kujilinda kunakojificha kama hekima.

Lakini Ukristo haubaki kuridhika na pongezi zilizolindwa. Ikiwa ni kweli, unasisitiza kwa upole lakini kwa kuendelea dhidi ya ulinzi wetu. Unauliza kama tahadhari yetu imekuwa kuepukwa—na kama hamu yetu inatufanya tusiweze kudhibitiwa.

Sura hii haikuombi kutatua mvutano huo bado.

Inakuomba tu uutambue.

Kutamani si bahati mbaya.

Kupoteza si jambo lisilo na maana.

Zote mbili huunda jinsi tunavyomkaribia Mungu.

Kabla imani haijawa utii, nguvu hizi lazima zitajwe majina.

Hapo ndipo safari inaweza kuendelea kwa uaminifu.

VIPENGELE VYA MASHINDANO

Maswali ya Kutambua kwa Uaminifu

Usikimbilie maswali haya.
Hayajakusudiwa kujibiwa kikamilifu bado. Baadhi yanakusudiwa tu kutambuliwa.

1. **Ni hasara au kukata tamaa gani ya mapema kulikuongoza jinsi ulivyojifunza kumwamini—au kutomtumaini—Mungu?**
   Fikiria sio tu hasara kubwa, bali pia zile tulivu: matarajio ambayo hayajatimizwa, maombi yasiyojibiwa, mamlaka yaliyovunjwa.
2. **Umejifunza kwa njia gani kujikinga na kukata tamaa kwa kujidhibiti?**
   Ni wapi tahadhari imechukua nafasi ya uwazi polepole?
3. **Unajiruhusu kuvutiwa na nini ukiwa mbali, lakini unakataa kujihusisha kikamilifu?**
   Je, kuna aina ya imani unayoiona kuwa nzuri—lakini isiyo salama?
4. **Kwa kawaida unaitikiaje hamu—ya maana, kina, au kudumu?**
   Je, unaifuatilia, unaichambua, unajiondoa kutoka kwayo, au unaidhibiti?
5. **Kujilinda kunaweza kuwa ni kujifanya kuwa hekima au ukomavu?**
   Ni nini kinachohisiwa kuwa "cha busara" ambacho kinaweza kuwa kuepukwa?

6. **Ikiwa hamu si ya bahati mbaya, inaweza kuwa inaelekeza nini maishani mwako hivi sasa?**
   Ingemaanisha nini kuchukua ishara hiyo kwa uzito?
7. **Ni nini kinachoonekana kuwa hatari zaidi kuhusu kujisalimisha—sio kwa nadharia, bali kwa vitendo?**
   Unaogopa nini unaweza kupoteza?
8. **Je, umewahi kuchelewesha utii si kwa sababu hukukubaliana na ukweli, bali kwa sababu kujisalimisha kulihisi kutokuwa salama?**
   Kaa na tofauti hiyo.

Mwelekeo Mpole kwa Msomaji

Hujaulizwa kujibu maswali haya bado.
Ili tu yaache yatokee kwa uaminifu.
Kutamani na upinzani mara nyingi hukua pamoja.
Kuvitaja ni tendo la kwanza la ukweli.

SURA YA TATU

Mawazo Bila Kujisalimisha

Urembo Unapoamsha Tamaa Lakini Huacha Kutii

Kwa **CS Lewis** , mawazo hayakuwa njia ya kutoroka kutoka kwenye uhalisia—yalikuwa ni njia ya kuyaamsha.

Muda mrefu kabla ya kumwamini Mungu, Lewis aliamini katika maana. Urembo ulimwongoza. Hadithi ilimchochea. Hadithi zilimfungua madirisha akili yake pekee isingeweza. Kupitia mashairi, hadithi, na hadithi za kale, alihisi kwamba ukweli ulikuwa na uzito zaidi ya kuishi na raha. Kulikuwa na kitu *zaidi* —kitu kinachoendelea, chenye kung'aa, na kisichoweza kufikiwa.

Mawazo yalimfundisha Lewis kurefusha muda.

Lakini mawazo, yenyewe, hayakumfundisha jinsi ya kukubali. Uzoefu wa Lewis wa mapema wa uzuri ulileta nyakati za hamu kubwa—kile alichokiita *furaha baadaye* . Nyakati hizi hazikuridhika na vitu vilivyovichochea. Mstari wa mashairi, hadithi, kumbukumbu ya asili—kila moja iliamsha hamu, kisha ikafifia, na kuacha maumivu. Uzoefu huo haukuwa na shaka, lakini maana yake ilibaki bila kutatuliwa.

Alijifunza jambo muhimu mapema: hamu inaweza kuamshwa bila kutimizwa.

Ugunduzi huu ulimjenga kwa undani.

Badala ya kumwongoza moja kwa moja kwa Mungu, mawazo yakawa nafasi ambapo Lewis angeweza kupata uzoefu wa kupita kiasi bila kujitolea. Angeweza kuchunguza maajabu bila kujisalimisha, uzuri bila utii, kutamani bila utii. Mawazo yalimruhusu kubaki wazi bila kuwa dhaifu.

Mkao huu si wa kawaida.

Watu wengi leo wameguswa sana na uzuri—muziki, sanaa, hadithi, haki, hata mambo ya kiroho—lakini wanakataa kutaja chanzo chake. Wanapata hamu lakini huepuka athari zake. Wanaruhusu mawazo kuchochea roho huku wakiweka nia katika udhibiti imara.

Mawazo yanakuwa msingi salama wa kati.

Akili ya Lewis ilichambua uzoefu huu kwa makini. Alisoma tamaa badala ya kuifuata. Alichunguza hamu badala ya kukubali kile ilichopendekeza. Hii ilimruhusu kubaki mwaminifu kuhusu uzoefu wake huku akiahirisha madai yao. Lakini mawazo, yakiamshwa, yanakataa kubaki bila kuegemea upande wowote.

Urembo uleule aliokutana nao Lewis ulianza kumsumbua. Kama hamu haikuwa ya nasibu—ikiwa ingeelekeza zaidi ya ulimwengu wa vitu—basi ukweli wenyewe ungeweza kupangwa kuelekea kitu kikubwa zaidi. Na kama hiyo ingekuwa kweli, mawazo hayakuwa mapambo tu. Ilikuwa ni uchunguzi.

Ilikuwa ikielekeza.

Lewis alianza kuhisi kwamba matamanio yake ya ndani kabisa hayakukusudiwa kuridhishwa na mambo yaliyoyaamsha. Yalikuwa ni alama za barabarani, si mahali pa kwenda. Lakini kufuata alama hizo za barabarani kungehitaji zaidi ya mawazo. Ingehitaji kujisalimisha.

Na kujisalimisha bado kulihisi kuwa jambo la gharama kubwa. Kwa hivyo Lewis alibaki akivutiwa. Aliruhusu uzuri ufundishe hisia zake huku akipinga mamlaka yake juu ya maisha yake. Alithamini mvuto wa kupita kiasi bila kuuinamia. Mawazo yalimpa lugha ya kutamani, lakini si ujasiri wa utii.

Mvutano huu—kati ya kuona na kukubali—huendelea kimya kimya katika imani ya kisasa pia.

Watu wengi leo wanaguswa na uzuri wa Ukristo lakini wanasita kabla ya mahitaji yake. Wanavutiwa na mafundisho ya Kristo, wanakubaliana na hadithi ya ukombozi, na wanahisi wamevutiwa na maono ya maisha yaliyobadilishwa—lakini wanapinga dai kwamba uzuri huu unahitaji kujirekebisha.

Mawazo huamsha hamu.
Utii unahitaji uamuzi.
Safari ya Lewis inatukumbusha kwamba mawazo ni zawadi, lakini si mwisho. Inaweza kuandaa moyo, lakini haiwezi kukamilisha kazi. Urembo unaweza kutuita kuelekea ukweli, lakini hauwezi kutulazimisha kupiga magoti.
Hatimaye, Lewis angegundua kwamba mawazo hayakuwa yakimpotosha—lakini hayakuwa ya kutosha yenyewe.
Kutamani hakukusudiwa kusimamiwa milele. Kulikusudiwa kuongoza mahali fulani.
Sura hii haisuluhishi mvutano huo.
Inautaja tu.
Kabla imani haijawa utii, mawazo mara nyingi huamsha roho.
Lakini kujisalimisha bado lazima kumfuate.

VIPENGELE VYA MASHINDANO

Maswali ya Kutambua kwa Uaminifu

Usikimbilie maswali haya.
Acha yatambulike waziwazi, si majibu.

1. **Ni uzoefu gani wa uzuri, hadithi, au maana ulioamsha hamu ndani yako?**
   Ni lini umehisi hisia hiyo tulivu ambayo maisha yanaelekeza zaidi ya yenyewe?
2. **Kwa kawaida unaitikiaje hamu hiyo?**
   Je, unaifuatilia, unaichambua, unaizuia, au unajiondoa kutoka kwayo?
3. **Ni wapi umeruhusu mawazo yako yachochee imani yako bila kuyaruhusu yaumbe utiifu wako?**
   Ni nini kinachohisiwa kuwa cha kutia moyo—lakini kiko mbali salama?
4. **Je, kuna vipengele vya Ukristo unavyoviona vizuri lakini unakataa kuvitii?**
   Vitaje kwa uaminifu.

5. **Ni kwa njia gani sifa inaweza kuwa mbadala wa utii?**
   Shukrani huishia wapi mbali na kujitolea?
6. **Ikiwa kutamani ni ishara badala ya mahali pa kwenda, huenda kunakuelekeza wapi sasa hivi?**
   Usijibu—angalia tu.
7. **Ni nini kinachoonekana kuwa hatari zaidi kuhusu kuruhusu uzuri kuongoza kwenye utii?**
   Ni udhibiti gani unaoweza kuwa hatarini?

Mwelekeo Mpole kwa Msomaji

Mawazo si adui wa imani.
Lakini pia si mstari wa mwisho.
Kutamani huandaa moyo.
Kujisalimisha huandaa maisha.

SURA YA NNE

Maminifu Asiyeamini Mungu

Wakati Shaka Inakataa Kuwa Isiyo na Kina

Kabla ya **Waziri Lewis** kujisalimisha kwa imani, alikuwa mtu adimu sana kuliko mtu mwenye shaka ya kawaida—akawa *mwaminifu* .

Lewis hakukataa Ukristo kwa sababu ya urahisi, uasi, au kutojali. Kutokuamini kwake hakukuwa kwa uzembe. Kulikuwa na kanuni, mantiki, na nidhamu. Aliamini kwamba ikiwa ukweli ulikuwa muhimu, basi faraja ya uwongo ilikuwa hatari kubwa kuliko usumbufu. Na kwa hivyo alikataa imani hadi aliposhawishika kwamba inaweza kustahimili uchunguzi. Tofauti hii ni muhimu.

Shaka nyingi za kisasa ni nyembamba. Huepuka kujitolea bila matokeo yanayovutia. Shaka ya Lewis ilikuwa nzito. Ilipigana. Ilikaa macho usiku. Ilifuata hoja hadi hitimisho zao zisizofurahi. Hakutaka Ukristo uwe wa kweli ikiwa unahitaji udanganyifu wa kiakili. Na ikiwa ilikuwa *kweli* , alijua hangeweza kuichukulia kirahisi.

Ukafiri wa Lewis haukuumbwa na uadui kuelekea wema, bali na uaminifu kwa akili.

Aliamini kwamba ulimwengu hatimaye haujali—labda ulikuwa mzuri, lakini hauna utu. Maana ilikuwa kitu ambacho wanadamu walikionyesha, si kitu walichokipokea. Maadili yalikuwa muhimu, lakini hayakuwa ya kufungamana. Tamaa ilikuwa halisi, lakini lengo lake lilikuwa la kufikirika. Mtazamo huu wa ulimwengu uliruhusu Lewis kubaki na msimamo thabiti kiakili huku akiepuka mamlaka ambayo Ukristo ulimaanisha.

Hata hivyo, mshikamano una mipaka.

Lewis alianza kugundua nyufa katika kutoamini kwake—sio nyufa za kihisia, bali zile zenye mantiki. Kama ulimwengu ulikuwa haujali kweli, kwa nini wajibu wa kimaadili ulihisi kuepukika? Kwa nini mema na mabaya yalisukuma dhamiri yenye mamlaka kama hayo? Kwa nini dhuluma ilisababisha hasira badala ya chuki tu?

Alijikuta akitetea hukumu za kimaadili ambazo mtazamo wake wa ulimwengu haungeweza kuunga mkono kikamilifu. Hili lilimsumbua.

Lewis aligundua kwamba alikuwa akikopa uhakika wa maadili kutoka kwa ulimwengu ambao kutokuamini kwake Mungu hakungeweza kuelezea. Aliishi kana kwamba mambo mengine yalikuwa mabaya kweli—sio tu yasiyofaa au yasiyokubaliwa kijamii, lakini *yasiyo sahihi kihalisi* . Utambuzi huu haukumsukuma kuelekea imani mara moja, lakini ulivuruga imani yake katika kutoamini.

Shaka ya kweli ina njia ya kufanya hivyo.

Badala ya kutatua mvutano huu haraka, Lewis alibaki nao. Aliruhusu shaka kujichunguza yenyewe. Alipinga kishawishi cha kulainisha maswali au kujiondoa katika hisia. Alifuata mantiki pale ilipoelekea—hata pale ilipoelekeza zaidi ya mipaka aliyopendelea.

Hii ndiyo sababu Lewis bado inavutia sana kwa wasomaji wa kisasa.

Hatupilii mbali shaka.

Hadhihaki shaka. Anaheshimu maswali ya kweli huku akifichua mipaka yake.

Watu wengi leo wanaguswa sana na mkao huu. Wanataka imani inayoheshimu akili. Wanakataa imani inayohitaji njia za mkato za kiakili. Lakini pia wanahisi kwamba shaka, ikiachwa bila kudhibitiwa, inaweza kuwa kimbilio—mahali ambapo jukumu huahirishwa na utii kuahirishwa.

Hadithi ya Lewis inafichua uwezekano huu kwa upole lakini kwa uthabiti.

Kuna tofauti kati ya shaka inayotafuta ukweli na shaka inayotafuta kuchelewa. Moja ni jasiri. Nyingine ni kinga.

Lewis aligundua kwamba kutoamini kwake, ingawa ni

mwaminifu, pia kulikuwa na gharama kubwa. Kulimruhusu kuepuka kujisalimisha, lakini hatimaye hakukuweza kuelezea ulimwengu aliokuwa akiishi.
Hatimaye, angetambua kwamba Ukristo haukuvunja akili—ulikamilisha. Lakini utambuzi huo ulikuwa mbele.
Kwa sasa, Lewis alisimama katika nafasi ngumu lakini yenye heshima: hakutaka kuamini kwa njia isiyo ya kweli, lakini alizidi kushindwa kutoamini kwa raha.
Sura hii haikupingi imani.
Inauliza jambo la hila zaidi.
Inauliza kama mashaka yako yanafanya kazi unayoamini yanafanya—au kama yamekuwa kimbilio la uamuzi kimya kimya.

VIPENGELE VYA MASHINDANO

Maswali ya Kutambua kwa Uaminifu

Usikimbilie kujitetea unaposoma haya.
Yaache yatokee kimya kimya.

1. **Ungeelezeaje mashaka yako mwenyewe—je, ni ya udadisi, ya tahadhari, ya kujitetea, au hayajatatuliwa?**
   Yana sauti gani?
2. **Je, umewahi kuchelewesha utii huku ukijiambia bado "unafikiria mambo vizuri"?**
   Kuchelewesha huko kunaweza kuwa kunalinda nini?
3. **Unatarajia Ukristo ufikie viwango vyako wapi kabla hujafikiria kuvikubali?**
   Je, viwango hivyo vina mantiki—au vinadhibiti?
4. **Je, mashaka yako yanakusukuma kuelekea ukweli, au yanakuruhusu kubaki bila uamuzi milele?**
   Kaa kwa uaminifu na tofauti hiyo.

5. **Ni imani gani za kimaadili unazoamini ambazo huhisi haziepukiki au zinafungamana?**
Unaamini imani hizo zinatoka wapi?
6. **Je, umewahi kugundua mvutano kati ya kile unachosema unaamini kuhusu uhalisia na jinsi unavyoishi ndani yake?**
Mvutano huo unafunua nini?
7. **Kama Ukristo ungekuwa wa kweli, shaka yako ingekuwa inakukinga na nini sasa hivi?**
Usijibu—angalia tu.

Mwelekeo Mpole kwa Msomaji

Shaka ya kweli si adui wa imani.
Lakini pia si makao ya kudumu.
Wakati fulani, ukweli hutaka utii—sio tu kuchunguzwa.

SURA YA TANO

Sheria ya Maadili Ambayo Hatuwezi Kuinyamazisha

Kwa Nini Haki na Mabaya Hukataa Kujadiliwa

Kadri **CS Lewis** alivyochunguza kutoamini kwake kwa makini zaidi, ukweli mmoja ulikataa kukaa kimya: uwepo mkaidi wa *sharti* .

Aligundua kwamba wanadamu hawakupendelea tu tabia fulani—walizitarajia . Tulibishana kana kwamba haki ni muhimu. Tulijitetea kana kwamba tulijua kwamba tumeshindwa. Tulilaani ukatili si kama usiofaa, bali kama kosa. Na tulifanya hivi kwa silika, katika tamaduni na hali mbalimbali, hata wakati haikutugharimu chochote kukaa kimya.

Hili lilimsumbua Lewis.

Kama ulimwengu ungekuwa wa kutojali kweli, wajibu wa kimaadili unapaswa kuhisiwa kuwa wa hiari. Lakini haikuwa hivyo. Haki na makosa vilishinikiza dhamiri kwa uzito ambao haungeweza kuelezewa kama silika tu au hali ya kijamii. Watu hawakukubaliana kuhusu maelezo ya maadili, lakini mara chache walisisitiza kutokubaliana kwenyewe. Badala yake, walibishana kana kwamba kiwango cha pamoja kipo—na kana kwamba wengine wanapaswa kukitambua.

Lewis alitambua mvutano huu kila mahali.

Tunatoa udhuru kwa tabia yetu kwa kuomba haki.

Tunajitetea kwa kuelezea nia. Tunawashtaki wengine kana kwamba haki ni halisi.

Hata tunapokiuka viwango vyetu wenyewe, hatuakani kuwepo kwao. Tunawavutia.

Uchunguzi huu baadaye ungekuwa msingi wa **Ukristo wa Kawaida** , lakini muda mrefu kabla Lewis hajaandika kuuhusu, alipambana na athari zake binafsi.
Sheria hii ya maadili ilitoka wapi?
Kama ilikuwa silika tu, kwa nini tulihisi haki ya kuirekebisha? Kama ilikuwa utamaduni tu, kwa nini tulihukumu tamaduni—ikiwa ni pamoja na zetu? Kama ilikuwa upendeleo tu, kwa nini ilitufunga hata wakati ambapo haikuwa rahisi?
Lewis alianza kuona kwamba wajibu wa kimaadili haukuwa kama uvumbuzi wa kibinadamu bali kama ugunduzi—kitu kinachopatikana badala ya kuumbwa. Na kama hiyo ilikuwa kweli, basi ukweli wenyewe unaweza kuwa wa kimaadili.
Hili lilikuwa wazo lisilofurahisha.
Ulimwengu wa maadili unamaanisha uwajibikaji.
Uwajibikaji unamaanisha mamlaka. Mamlaka yanamaanisha Mtu aliye nje yetu.
Lewis hakuharakisha kufikia hitimisho hili, lakini hakuweza kupuuza mahali ambapo akili ilikuwa ikielekeza. Aligundua kwamba kutokuamini kwake Mungu kulielezea mambo mengi kwa ufasaha—lakini si dhamiri. Kungeweza kuelezea tabia, lakini si wajibu. Kungeweza kuchanganua tamaa, lakini si wajibu.
Sheria ya maadili haikumfurahisha.
Haikumsamehe. Ilimshtaki.
Hii ndiyo sababu Lewis alielewa kwamba maadili hayatulizi. Hayatuambii tu jinsi ya kuishi vizuri; yanafunua ni kwa kiasi gani tunakosea. Yanafichua pengo kati ya kile tunachojua tunapaswa kufanya na kile tunachofanya kweli.
Wasomaji wa kisasa hutambua mvutano huu mara moja. Tunazungumza kwa shauku kuhusu haki, uadilifu, na huruma—lakini tunajitetea wakati viwango hivyo vinapohitaji dhabihu. Tuna haraka kutambua makosa kwa wengine, polepole kukiri ndani yetu. Tunaishi kana kwamba ukweli wa maadili upo, lakini tunakataa kuukubali kikamilifu.
Sheria ya maadili inafunua jambo linalosumbua: hatukosei tu. Hatubadiliki.

Lewis aliona kwamba kutokubaliana huku hakukuwa pembeni ya imani—kulikuwa muhimu. Ukristo haukuanza kwa kuwaambia watu jinsi walivyokuwa wazuri. Ulianza kwa kuwaambia ukweli: kwamba kuna kitu kilikuwa kimeenda vibaya, na kwamba juhudi za kibinafsi pekee hazingeweza kukirekebisha.

Kwa hivyo, sheria ya maadili haikuwa mwongozo wa kimaadili tu. Ilikuwa utambuzi.

Ilimwambia Lewis kwamba ubinadamu haukuwa mjinga tu, bali ulikuwa umetengwa—sio tu kutokuwa na taarifa, bali ulikuwa na mwelekeo usio sahihi. Na kama utambuzi huo ulikuwa sahihi, basi uboreshaji haungetosha. Mabadiliko yangehitajika.

Utambuzi huu ulimsogeza Lewis karibu zaidi na Ukristo—lakini si kwa raha. Sheria ya maadili haikuelekeza tu kwa Mungu; ilielekeza kwenye hitaji lake mwenyewe. Ilipinga uhuru wake. Ilimsumbua kujitosheleza. Ilidai mwitikio, si sifa.

Lakini Lewis alikaa hapa, akiruhusu uzito wa ukweli huu umsonge.

Kabla imani haijawa utii, dhamiri lazima ichukuliwe kwa uzito.

Haijaelezewa.

Haijadhibitiwa. Haijanyamazishwa.

Sheria ya maadili inakataa kutoweka kwa sababu si yetu kuipuuza.

VIPENGELE VYA MASHINDANO

Maswali ya Kutambua kwa Uaminifu

Usiyajibu haya haraka.

Acha yatoe mifumo badala ya hitimisho.

1. **Unapowashutumu wengine kwa makosa, unaiomba kiwango gani?**
   Unaamini kiwango hicho kinatoka wapi?

2. **Kwa kawaida unaelezeaje kushindwa kwako kimaadili?**
   Kwa nia? Hali? Ulinganisho?
3. **Je, kuna imani za kimaadili unazotarajia wengine kuziheshimu lakini unajitahidi kujitii?**
   Kaa kwa uaminifu na mvutano huo.
4. **Dhamiri yako huwa inakushutumu kwa nini mara nyingi?**
   Hilo linafunua nini kuhusu kile unachothamini?
5. **Je, umewahi kuhisi kwamba unajua kilicho sahihi—lakini ulikipinga hata hivyo?**
   Upinzani huo ulikugharimu nini?
6. **Ikiwa wajibu wa kimaadili ni halisi, unadai nini kutoka kwako sasa hivi?**
   Usichukue hatua bado—angalia tu.
7. **Ni nini kingebadilika ikiwa mema na mabaya hayangeweza kujadiliwa, lakini yanafungamana?**
   Ni nini kingehitaji kupangwa upya?

Mwelekeo Mpole kwa Msomaji

Sheria ya maadili haipo ili kutuaibisha.
Ipo ili kusema ukweli.
Kabla neema haijapokelewa,
ukweli lazima ukabiliwe.

SURA YA SITA

Wakati Kukubali Kunahisi Kama Kushindwa

Kwa Nini Kujisalimisha Mara Nyingi Huwa Mwisho

Kufikia wakati **CS Lewis** alipokuwa amesimama kwenye kizingiti cha imani, tatizo halikuwa tena la kiakili.
Hoja zilikuwa zimepungua.
Njia mbadala zilikuwa zimepungua. Sheria ya maadili ilikuwa imesisitiza kwa nguvu sana kupuuzwa.
Kilichobaki hakikuwa suala la ukweli, bali la **utashi** .
Lewis aligundua kwamba upinzani wa mwisho dhidi ya Ukristo haukuwa kutoamini—ilikuwa hofu. Kukubali ilikuwa kupoteza kitu. Kujisalimisha ilikuwa kuacha udhibiti. Ukristo, ikiwa ni kweli, haukuomba tu kuzingatiwa. Uliomba utii.
Na utii ulihisi kama kushindwa.
Huu ndio wakati ambao wengi hawautaji kamwe.
Mara nyingi tunafikiria kujisalimisha kama unafuu, lakini mara chache huhisi hivyo mwanzoni. Inahisi kama kupoteza—uhuru, uandishi, haki ya kujitambulisha kwa masharti yetu wenyewe. Lewis hakumpinga Mungu kwa sababu alipenda giza; alipinga kwa sababu alipenda uhuru.
Alielewa kwamba imani pekee ingebadilika kidogo. Kukubali mambo kungebadilisha kila kitu.
Kumtambua Mungu ilikuwa jambo moja.
Kumtii Yeye ilikuwa jambo lingine.
Lewis alihisi kwamba Ukristo haukuja kumshauri tu, bali **kuchukua nafasi** . Haukupa ushirikiano; ulidai utii. Na utii ulimaanisha kwamba Lewis hangekuwa tena mamlaka ya mwisho katika maisha yake mwenyewe.

Utambuzi huo ulimpunguza mwendo.
Wasomaji wengi wa kisasa hutambua kusita huku mara moja.
Tunaweza kukubali ukweli wa Kikristo, kukubaliana na maadili ya Kikristo, na hata kumsifu Kristo—lakini tukakataa kumruhusu mamlaka juu ya maamuzi, matamanio, wakati, au utambulisho. Imani huhisi kuwa rahisi kumtegemea mradi tu inabaki kuwa ushauri.
Lakini Ukristo haubaki kuwa ushauri.
Lewis alielezea uongofu wake si kama wakati wa furaha wa ushindi, bali kama kujisalimisha kwa kusitasita. Alijihisi akivutwa, akiwekewa pembeni, akifuatiliwa—sio kinyume cha mapenzi yake, bali zaidi ya udhibiti wake. Kilichoacha njia hatimaye hakikuwa akili, bali upinzani.
Kukubali alihisi kama kushindwa kwa sababu ilimhitaji kukubali kwamba hakuwa akijitegemea, hakuwa huru, wala hakuwa amejitengenezea mwenyewe.
Na bado—kushindwa huku kutajidhihirisha baadaye kama uhuru.
Lakini bado.
Katika hatua hii ya safari yake, Lewis alibaki pembezoni. Alijua kwamba mara tu atakapovuka, kutoegemea upande wowote kungekuwa kumekwisha. Hakuweza tena kuchunguza Ukristo akiwa mbali. Angelazimika kuishi ndani yake.
Kusita huku ni kwa undani wa kibinadamu.
Tunachelewa si kwa sababu hatujui vya kutosha, bali kwa sababu tunajua vya kutosha kuogopa. Kujisalimisha kunatufichua. Kunakabiliana na nafsi zetu zinazosimamiwa kwa uangalifu. Kunahitaji uaminifu pale ambapo tumejifunza kulinda.
Upinzani wa Lewis unatukumbusha kwamba kujisalimisha si kihisia pekee—ni jambo la kuwepo. Hufafanua upya ni nani anayeshikilia mamlaka juu ya maisha yetu. Na mamlaka, yakishatolewa, hayawezi kurejeshwa bila matokeo.
Sura hii haisherehekei kujisalimisha bado.
Inaelezea ukweli kuhusu gharama yake.

Kabla imani haijawa utii, ni lazima tukabiliane na kile ambacho utii utahitaji.
Kukubali mara nyingi huhisi kama kushindwa kwa sababu humaliza utawala wa nafsi.

VIPENGELE VYA MASHINDANO

Maswali ya Kutambua kwa Uaminifu

Usijibu kwa kujitetea.
Acha maswali haya yataje yaliyo halisi.

1. **Ni nini kinachohisiwa kuwa cha gharama kubwa zaidi kuhusu kusalimisha udhibiti wa maisha yako kwa Mungu?**
   Kuwa mahususi.
2. **Unapendelea Ukristo kushauri wapi badala ya kuamuru?**
   Ni maeneo gani ya maisha ambayo huhisi hayaruhusiwi?
3. **Je, umewahi kuahirisha utii si kwa sababu ulitilia shaka ukweli, bali kwa sababu kujisalimisha kulihisi kama hasara?**
   Ulikuwa unalinda nini?
4. **Ni mamlaka gani unayopinga kwa sasa—kwa muda, maamuzi, mahusiano, au utambulisho?**
   Kaa na upinzani huo.
5. **Je, unahusisha kujisalimisha zaidi na kushindwa kuliko uhuru?**
   Unafikiri ni kwa nini?
6. **Kama kutoegemea upande wowote kusingekuwa chaguo tena, ni nini kingebadilika kwanza**

maishani mwako?
Usichukue hatua—angalia tu.

7. **Ni aina gani ya nafsi yako ambayo huenda ikabidi ufe ili utii uanze?**
Acha swali hilo libaki wazi.

Mwelekeo Mpole kwa Msomaji
Kujisalimisha mara chache huwa ni jambo la kuigiza.
Mara nyingi ni kimya, si radhi, na ni gharama kubwa.
Lakini kamwe haina maana.

UTANGULIZI WA SEHEMU YA PILI

KWA NINI UKRISTO TU BADO NI MUHIMU?

Ukweli Unaokataa Kuendelea Kuwa wa Kinadharia

Wakati fulani, tafakari hutoa nafasi ya kuhesabu.
Sehemu ya Pili ya kitabu hiki inaanza ambapo kutoegemea upande wowote kunaishia.
Ukristo wa kawaida haukuandikwa ili kuhamasisha makubaliano yasiyoeleweka au pongezi la kiakili. Uliandikwa ili kukabiliana na tatizo maalum: ulimwengu uliohisi wajibu wa kimaadili lakini ulipinga mamlaka ya kimaadili; watu waliozungumza kuhusu mema na mabaya lakini waliishi kana

kwamba ukweli unaweza kujadiliwa; waumini waliokubaliana na Ukristo bila kuuruhusu uwabadilishe.
CS Lewis aliandika *Mere Christianity* baada ya kuwa tayari amekwama kwenye ukweli. Kilichobaki hakikuwa maelezo, bali utii. Kitabu hakiulizi kama Ukristo unavutia. Kinauliza kama ni **kweli** —na kama ni kweli, ni nini kinachopaswa kufuata.
Sehemu hii inageukia swali hilo kwa makusudi.
Sura zinazofuata hazifupishi *Ukristo wa Kawaida* . Zinafuatilia **sehemu zake za shinikizo** —mahali ambapo imani inakuwa isiyofurahisha, ambapo kiburi hufichuliwa, ambapo kujitawala kunapingwa, na ambapo mabadiliko huwa hayaepukiki.
Lewis halainishi nyakati hizi.
Wala hii haitapunguza uzito.
Hapa, Ukristo huacha kuwa kitu cha kutathmini na huanza kudai jibu. Sheria ya maadili si ya kufikirika tena. Kiburi si cha kinadharia tena. Imani si ya faragha tena. Kristo havutiwi tena tu.
Sehemu ya Pili inakuandaa kwa safari iliyo mbele yako kwa kufafanua kilicho hatarini.
Kama Ukristo ni wa kweli, hauji kuboresha tabia zetu.
Unakuja kujirekebisha .
Sura katika sehemu hii zimekusudiwa kupunguza umbali kati ya kujua na kutenda—kati ya kuelewa na kuishi. Zinaandaa msingi kwa ajili ya safari ya siku 40 ambayo haitakuomba tu kufikiria kuhusu imani, bali kuitenda.
Ukristo wa kawaida bado ni muhimu kwa sababu tatizo linaloshughulikiwa halijabadilika.
Imani ni ya kawaida.
Utii ni nadra.
Sehemu hii ipo ili kufanya tofauti hiyo isiwezekane kupuuzwa.

Wakati fulani, tafakari hutoa nafasi ya kuhesabu.
Maswali yaliyoulizwa katika sura zilizopita hayawezi kubaki ya kinadharia tena. Hasara imetajwa. Tamaa imeamshwa. Shaka imechunguzwa. Dhamiri imesema. Upinzani umefichuliwa. Kinachobaki si udadisi, bali uamuzi.

Sura zinazofuata zinageukia moja kwa moja *Ukristo wa Kawaida* —sio kama kitabu cha kufupishwa, bali kama ukweli unaohitaji majibu. Hapa, imani haionekani tena kwa mbali. Inakabiliwa. Inajaribiwa. Na inahitajika kuhama kutoka makubaliano hadi utii.

Hapa ndipo kutoegemea upande wowote huanza kutoweka.

SURA YA SABA

Sio Kitabu, bali Hesabu

Kwa Nini Ukweli Unakataa Kubaki Kinadharia

Wakati **CS Lewis** hatimaye alipogeukia Ukristo, hakufanya hivyo kama mtu anayetafuta faraja. Alifanya hivyo kama mtu aliyezungukwa na ukweli.

Ukristo tu haukuandikwa ili kushinda hoja au kukuza sifa. Uliandikwa kwa sababu Lewis aligundua kwamba imani, ikiwa imekwisha kuwa ya kweli, haiwezi kubaki bila kuegemea upande wowote. Kitabu kipo kwa sababu maswali ambayo Lewis alikuwa amejiuliza hayangemwacha peke yake—na kwa sababu alitambua kwamba maswali hayo yaliwasukuma wengine kwa nguvu sawa.

Kiini chake, *Ukristo wa Kawaida* hushughulikia tatizo ambalo linahisiwa kuwa la kisasa bila shaka: watu wanaohisi wajibu wa kimaadili, wanaozungumza mema na mabaya, wanaomsifu Kristo, na bado wanapinga mamlaka ambayo imani inaashiria. Lewis aliona kwamba wengi walikuwa tayari kukubali mawazo ya Kikristo mradi tu mawazo hayo hayakupangilia upya maisha.

Mkao huo ulimsumbua.

Lewis alielewa kwamba Ukristo haujitoi kama chaguo moja kati ya falsafa nyingi. Unajionyesha kama dai kuhusu uhalisia—ambalo, ikiwa ni kweli, linahitaji majibu. Imani aliyoipinga na hatimaye kuikubali haikuja kuboresha mapendeleo; ilikuja kukabiliana na nafsi.

Hii ndiyo sababu *Ukristo wa Kawaida* huhisi tofauti na vitabu vingine vya Kikristo. Haumbembelezi msomaji. Haualikaji makubaliano bila matokeo. Unasonga mbele kwa kasi, karibu bila kuchoka, kutoka utambuzi hadi athari.

Lewis anaanza ambapo upinzani ni mgumu kudumisha: kwa uzoefu wa pamoja wa kibinadamu wa wajibu wa kimaadili. Kuanzia hapo, anasonga mbele—sio kwa aibu, bali kufafanua. Tukijua tunachopaswa kufanya na tukashindwa kukifanya, kuna kitu kibaya. Na ikiwa kuna kitu kibaya katika ngazi ya nafsi, basi uboreshaji pekee hautatosha.

Lewis anasisitiza kwamba Ukristo si kuhusu kuwa watu bora kidogo, bali ni kuhusu kuwa watu tofauti.

Msisitizo huu ndio hasa unaosababisha *Ukristo wa Kipekee* kuwasumbua wasomaji miongo kadhaa baadaye. Huacha nafasi ndogo ya kutenganisha. Imani haiwezi kubaki ya faragha. Imani haiwezi kubaki ya mapambo. Kristo hawezi kubaki mshauri.

Nguvu ya kitabu haiko katika ugumu wake, bali katika kutoepukika kwake. Lewis hafanyi haraka. Anasababu kwa uvumilivu. Anaruhusu pingamizi kujitokeza. Lakini hatua kwa hatua, anaondoa kimbilio la kutoegemea upande wowote. Kufikia wakati msomaji anapofikia madai makuu ya Ukristo, swali si tena *Je, hii inavutia?* lakini *Je , hii ni kweli—na ikiwa ni hivyo, nini kinafuata?*

Hii ndiyo sababu *Ukristo wa Kawaida* hauwezi kuchukuliwa kama maandishi tu ya kujifunza.

Ni hesabu.

Lewis alijua hili kwa sababu lilikuwa ni jambo la kwanza kwake. Hakuandika kutoka mahali pa ubora, bali kutokana na uzoefu. Ukweli anaowasilisha ni ukweli uliovuruga uhuru wake, ukakabiliana na kiburi chake, na kudai utii wake.

Na hivyo Sehemu ya Pili ya kitabu hiki inageukia makusudi kuelekea mzozo huo.

Sura zinazofuata hazifupishi *Ukristo wa Kawaida* . Zinafuatilia shinikizo linalotumika—jinsi inavyofichua kiburi, kufafanua upya uhuru, changamoto ya kujitawala, na kutaka mabadiliko ambayo ni ya gharama kubwa na muhimu.

Ikiwa Sehemu ya Kwanza ilionyesha jinsi roho inavyojiandaa, Sehemu ya Pili inauliza ni nini kinachopaswa kufanywa sasa.

Hapa ndipo imani inapoanza kupoteza uadilifu wake.
Na utii huanza kuchukua umbo.

VIPENGELE VYA MASHINDANO

Maswali ya Kutambua kwa Uaminifu

Usikimbilie maswali haya.
Waache waelezee kilicho hatarini.

1. **Kwa kawaida unatarajia vitabu vya Kikristo vikupe nini—faraja, uwazi, msukumo, au mabadiliko?**
   Ni kipi kati ya hivi unachokipinga kimya kimya?
2. **Je, umewahi kukubaliana na ukweli wa Kikristo huku ukipinga athari zake maishani mwako?**
   Mvutano huo unajitokeza wapi?
3. **Ni kwa njia gani umeruhusu imani ibaki ya faragha au imegawanywa katika sehemu?**
   Ni maeneo gani ya maisha ambayo huhisi hayaguswi na imani?
4. **Unatumaini Ukristo hautahitaji nini *kutoka* kwako?**
   Kaa kwa uaminifu na tumaini hilo.
5. **Je, unajikuta unajisikia vizuri zaidi kujadili imani kuliko kutenda utii?**
   Unafikiri kwa nini ndivyo ilivyo?
6. **Kama Ukristo ni wa kweli, ni sehemu gani ya maisha yako haiwezi kuendelea kuegemea upande wowote?**
   Usitende—angalia tu.
7. **Ingekuwaje imani kuwa ghali badala ya kuwa rahisi?**
   Acha swali hilo liendelee.

Mwelekeo Mpole kwa Msomaji

Ukweli hauombi kuheshimiwa.
Unaomba utii.
Sura hii haihitaji jibu bado.
Inafafanua kwa nini jibu hatimaye halitaepukika.

SURA YA NANE

Tatizo Sio Tabia, Bali Ubinafsi

Kwa Nini Ukristo Hauanzi na Uboreshaji

Mojawapo ya ugunduzi unaosumbua zaidi ambao **CS Lewis** hufanya katika *Mere Christianity* ni huu:
tatizo kuu ambalo Ukristo hushughulikia si kile tunachofanya , bali ni nani anayesimamia sisi *ni nani* .
Watu wengi hudhani dini ipo ili kutufanya tuwe na tabia njema. Wenye ukarimu zaidi. Wenye nidhamu zaidi. Wenye heshima zaidi. Lewis huondoa dhana hii kwa uangalifu na bila kuchoka. Anasema, Ukristo si kuhusu kuwasaidia watu wabaya kuwa na tabia njema zaidi. Ni kuhusu kuwabadilisha watu ambao kimsingi wamepotoshwa.
Suala si tabia ya kiwango cha juu juu.
Ni **kujitawala** .
Lewis aliona kwamba watu wengi wako tayari kufanya marekebisho ya maadili mradi tu wataendelea kudhibiti mambo. Tutabadilisha tabia, kufuata nidhamu, na hata kutoa dhabihu—mradi tu nafsi ibaki kuwa huru. Hata hivyo, Ukristo haujadiliani na nafsi. Unakabiliana nayo.
Hii ndiyo sababu Ukristo unaonekana kupita kiasi ikilinganishwa na hisia za kisasa.
Tunapendelea uboreshaji kuliko kujisalimisha. Tunataka mbinu, si mabadiliko. Tunauliza ni kiasi gani Mungu anahitaji, si nani ambaye Mungu lazima awe kwetu. Lewis aliona kwamba mkao huu haueleewi asili ya imani kabisa.
Ukristo hauji kutufanya watu wazuri zaidi.
Unakuja kutufanya **watu wapya** .

Lewis anatumia taswira ya nyumba inayofanyiwa ukarabati—sio kufanyiwa viraka, bali kujengwa upya. Kuta hazifanyiwi ukarabati tu; vyumba vinafanyiwa marekebisho. Mabawa yasiyotarajiwa yanaongezwa. Vitegemezi vya kubeba mizigo vinahamishwa. Mchakato huu unasumbua kwa sababu Mbunifu havutiwi na mabadiliko ya urembo.

Hapa ndipo wengi wanapopinga.

Mara nyingi tuko tayari kumruhusu Mungu arekebishe tabia fulani huku tukilinda nafsi yetu ya ndani kutokana na kuingiliwa. Tunaruhusu mafundisho, lakini tunapinga mamlaka. Tunakubali mwongozo wa maadili, lakini si umiliki wa maadili. Lewis alitambua kwamba huu si Ukristo—ni kujiboresha kwa kutumia lugha ya kidini.

Dai la Kikristo linaenda mbali zaidi: nafsi inayosisitiza udhibiti ndiyo kitu ambacho lazima kisalimishwe. Lewis anasema kiburi si dhambi moja tu miongoni mwa dhambi zingine. Ni hali inayowaweka wengine wote hai. Mradi tu nafsi inabaki kwenye kiti cha enzi, mabadiliko hubaki kwa sehemu.

Hii ni jambo lisilofurahisha sana.

Inamaanisha kwamba Ukristo hauachi nafsi nzima . Haushauri tu ubinafsi; unaubadilisha. Kristo haji kutusaidia kuendesha maisha yetu vizuri zaidi. Anakuja **kuchukua udhibiti wao** .

Lewis alijua hili kibinafsi. Upinzani wake dhidi ya imani haukuwa wa kiakili hasa—ulikuwa wa kuwepo. Kuwa Mkristo ilikuwa ni kuacha uandishi. Ilikuwa ni kukubali kwamba nafsi haikuwa na sifa za kujitawala yenyewe.

Hapa ndipo imani mara nyingi hukwama.

Tunakubaliana na ukweli wa Kikristo huku tukibadilisha kwa hila ufikiaji wake. Tunakubali msamaha lakini tunapinga malezi. Tunataka neema bila utawala. Lewis anakataa mgawanyiko huu. Anasisitiza kwamba Ukristo huchukua nafsi nzima—au hauhitaji chochote.

Hii ndiyo sababu *Ukristo wa kawaida* haufanyi kazi kama kitia-moyo cha upole. Unasukuma hadi hitimisho ambalo msomaji

hawezi kuepuka: ikiwa Kristo ni Bwana, basi nafsi lazima iachilie chini.
Haijaboreshwa.
Haijashauriwa.

Imebadilishwa kama rula.
Sura hii haikuambii jinsi ya kufanya hivyo bado.
Inakuambia kwa nini kujisalimisha kwa sehemu hakuwezi kufanya kazi.
Mabadiliko hayaanzi na tabia bora.
Yanaanza na mabadiliko ya nani anayeongoza.

VIPENGELE VYA MASHINDANO

Maswali ya Kutambua kwa Uaminifu

Usijibu kwa kujitetea.
Acha maswali haya yafichue mkao, si utendaji.

1. **Ni wapi unapozingatia zaidi kuboresha tabia badala ya kujizuia?**
   Ni nini kinachohisiwa kuwa salama zaidi kubadilika?
2. **Ni katika maeneo gani ya maisha unaalika mwongozo wa Mungu lakini unapinga mamlaka Yake?**
   Kuwa mahususi.
3. **Unaitikiaje wazo kwamba Ukristo unalenga kuchukua nafasi ya kujitawala badala ya kuiboresha?**
   Ni hisia gani zinazojitokeza?
4. **Ni sehemu gani ya utambulisho wako inayohisi kutishiwa zaidi na wazo la kujisalimisha?**
   Unafikiri kwa nini hivyo?
5. **Je, unapima ukuaji wa kiroho zaidi kwa juhudi au kwa mpangilio?**
   Hilo linafunua nini kuhusu mkao wako?

6. **Je, kiburi kinaweza kuwa kinajifanyaje kama uhuru au ukomavu?**
   Kaa kwa uaminifu na uwezekano huo.
7. **Kama Kristo angekuwa ndiye mwenye mamlaka kamili, ni nini ambacho hakingeendelea kujadiliwa?**
   Usitende—angalia tu.

Mwelekeo Mpole kwa Msomaji
Ukristo hauombi ushirikiano.
Unaomba kujisalimisha.
Sio kwa sababu Mungu anatawala,
bali kwa sababu utawala uliogawanyika hauwezi kuponya nafsi iliyogawanyika.

SURA YA TISA

Udanganyifu wa Kuwa "Mzuri vya Kutosha"

Kwa Nini Kulinganishwa Kimya Hupinga Neema

Mojawapo ya vikwazo vya kimya kimya vya mabadiliko, **CS Lewis** aliona, si uasi—bali ni ulinganisho.

Katika *Ukristo Tu* , Lewis anarudia kurudia ukweli rahisi lakini unaosumbua: maadili yanayopimwa kwa kulinganisha yanaweza kuhisi faraja huku yakiendelea kupotosha sana. Mradi tu tunafafanua wema kuhusiana na wengine, tunaweza kubaki katika hali ya utulivu bila kubadilika kamwe.

Ulinganisho hupunguza usadikisho.

Tunajihakikishia kwamba sisi si wadanganyifu, si wakatili, si wabinafsi kama mtu mwingine. Tunaona haki katika kiwango kinachoshuka badala ya kuwa ya usawa. Na kwa sababu mtu ataonekana kuwa mbaya zaidi kuliko sisi kila wakati, uharaka wa maadili hufifia.

Lewis alitambua jinsi mkao huu unavyojiingiza kwa urahisi katika maisha ya kidini.

Watu ambao hawangedai ukamilifu hutegemea kimya kimya ukaribu. Wanahukumu maisha yao dhidi ya wenzao, tamaduni, au mambo yaliyokithiri badala ya dhidi ya ukweli. Matokeo yake ni dhamiri inayovumilika—ile inayohisi maadili bila kujisalimisha.

Ukristo hukatiza faraja hii.

Lewis anasisitiza kwamba Ukristo hauulizi kama sisi ni bora kuliko wengine, bali kama tunalingana na Mungu. Kiwango si uboreshaji wa kiasi; ni utakatifu. Na utakatifu hauruhusu ulinganisho kuchukua nafasi ya mabadiliko.

Hili linasumbua sana.
Ulinganisho unaturuhusu kubaki kuwa mwamuzi. Neema huondoa jukumu hilo kabisa. Ulinganisho unapotawala, tunadhibiti tathmini. Neema inapotawala, tunawekwa wazi—si dhidi ya wengine, bali dhidi ya ukweli wenyewe.
Lewis alielewa kwamba kufichuliwa huku kunahisi si kwa haki.
Kwa nini mtu anayeheshimika kwa nje ategemee neema kama mtu aliyevunjika moyo? Kwa nini kiburi cha kimya kitendewe kwa uzito sawa na uovu ulio wazi? Lewis anasema, jibu ni kwamba tatizo ambalo Ukristo unashughulikia si kiwango *cha* makosa, bali *hali* ya nafsi.
Wema wa jamaa huficha hitaji kubwa.
Udanganyifu wa kuwa "mwema wa kutosha" huchelewesha kujisalimisha haswa kwa sababu unahisi kuwa wa busara. Tunakubali kutokamilika bila kuhisi dharura. Tunakubali msamaha bila mabadiliko. Tunazungumzia neema huku tukilinda tathmini zetu.
Lewis anaondoa udanganyifu huu kwa uvumilivu. Hakatai tofauti za kimaadili kati ya watu, lakini anakataa kuruhusu tofauti hizo kufanya kazi kama kimbilio. Dai la Kikristo si kwamba dhambi zote zinafanana, bali kwamba kujitawala kote kunampinga Mungu.
Ulinganisho huweka nafsi ikiwa thabiti .
Kwa upande mwingine, neema haiachi nafasi ya kujipongeza. Haileti maendeleo ya kufurahisha; inakaribisha utegemezi. Na utegemezi ni mgumu kwa wale ambao wamejifunza kujipima vyema.
Hii ndiyo sababu *Ukristo wa kawaida* huhisi kama jambo la kuchosha badala ya kutia moyo wakati mwingine. Hauruhusu wasomaji kupumzika kwa heshima. Unasukuma hadi hitimisho lisilofurahisha: mradi tu tunauliza *"Je, mimi ni bora kuliko wengine?"* badala ya *"Je, nimejisalimisha kwa Mungu?"* , mabadiliko yatabaki kuwa ya sehemu.
Lewis hajaribu kukatisha tamaa juhudi za kimaadili. Anajaribu kuondoa kujiamini kwa uongo. Ukristo haumshushi kila mtu

chini; unamshushia kila mtu ndani—kuelekea uaminifu, unyenyekevu, na hitaji.
Dhana ya kuwa "mzuri vya kutosha" hupotea tu wakati ulinganisho unapoteza mamlaka yake.
Sura hii hailaani kujitahidi kimaadili.
Inafichua faraja ya kimaadili.
Na inauliza kama neema imepokelewa kama uokoaji—au kama uhakikisho tu.

VIPENGELE VYA MASHINDANO

Maswali ya Kutambua kwa Uaminifu

Acha maswali haya yatatuliwe kwa upole.
Yanakusudiwa kufafanua mkao, si utendaji.

1. **Unajilinganisha na nani kisilika unapotathmini maisha yako ya kiroho?**
   Kwa nini watu hao?
2. **Je, kulinganisha kunaundaje hisia yako ya hitaji la neema?**
   Je, kunaongeza uharaka—au kunaipunguza?
3. **Umekubali msamaha wapi bila kuuruhusu upinge tathmini yako binafsi?**
   Kaa chini na mvutano huo.
4. **Je, unapata faraja kwa kuwa "sio mbaya kiasi hicho"?**
   Faraja hiyo inalinda nini?
5. **Unaitikiaje wazo kwamba maadili yanayopimwa kwa kulinganisha yanaweza kupinga mabadiliko?**
   Ni hisia gani zinazojitokeza?
6. **Ni wapi wema wa kiasi unaweza kuchelewesha kujisalimisha zaidi?**
   Kuwa mahususi.
7. **Kama ulinganisho ungeondolewa, neema ingehitaji kushughulikia nini moja kwa moja**

ndani yako?
Usijibu—toa taarifa tu.

Mwelekeo Mpole kwa Msomaji
Neema haiji kujituliza nafsi,
inakuja kuiokoa.
Kulinganisha kunatufanya tuwe wastarehe.
Neema inatufanya tuwe waaminifu.

SURA YA KUMI

Kuhesabu Gharama ya Nafsi Mpya

Kwa Nini Mabadiliko Yanahitaji Kupoteza Kabla Hayatoi Uzima

Kufikia wakati **CS Lewis** anapoendelea kusisitiza zaidi kuhusu matokeo ya Ukristo, ukweli mmoja unakuwa hauepukiki: mabadiliko si nyongeza—ni ya kupunguza kabla ya kurejesha.

Ukristo hautupi tu kitu kipya,

bali unatuomba tuache kitu cha zamani.

Katika *Ukristo Tu* , Lewis hana utata wowote: kuwa Mkristo si kuhusu kusafisha nafsi iliyopo. Ni kuhusu kuruhusu nafsi ya zamani—ile iliyopangwa kuzunguka uhuru, udhibiti, na kujihesabia haki—kupoteza mamlaka yake.

Hapa ndipo wengi wanapositasita.

Mara nyingi tunavutiwa na ahadi za imani—amani, kusudi, msamaha, upya—bila kuzingatia kikamilifu gharama. Tunataka mabadiliko bila kuhama. Tunatumaini Kristo ataimarisha nafsi badala ya kuchukua nafasi ya utawala wake. Lewis anasisitiza kwamba hili haliwezekani.

Nafsi haiwezi kubaki huru na kuponywa kwa wakati mmoja. Hii si kwa sababu Mungu anadai, bali kwa sababu mamlaka iliyogawanyika haiwezi kutoa ukamilifu. Maisha yanayotawaliwa kwa sehemu na Kristo na kwa sehemu na kujitawala hubaki yakipingana ndani. Mabadiliko yanahitaji mshikamano, na mshikamano unahitaji kitovu kimoja.

Lewis alielewa jinsi hii inavyohisi kutishia .

Kuwa "mpya" kunasikika kuvutia katika nadharia, lakini katika vitendo inamaanisha kupoteza utambulisho unaojulikana.

Mifumo ya udhibiti. Simulizi zinazosimamiwa kwa uangalifu kuhusu sisi ni nani na kwa nini tunatenda kama tunavyofanya. Utu wa zamani unaweza kuwa na dosari, lakini unajulikana. Utu mpya unahitaji uaminifu.

Hii ndiyo sababu kujisalimisha kunahisi kuwa ghali.

Ukristo haujadiliani na ubinafsi. Hauahidi kuhifadhi aina yetu tunayoipendelea. Lewis anabainisha kwa umaarufu kwamba Kristo haji kuboresha asili ya zamani; anakuja kuiua na kutupa mpya.

Lugha hii inawasumbua wasomaji wa kisasa waliozoea kujithibitisha. Tunafundishwa kulinda utambulisho kwa gharama yoyote. Lewis anapinga dhana hiyo. Anapendekeza kwamba nafsi tunayoilinda kwa ukali zaidi mara nyingi ndiyo nafsi inayotuzuia kupata uhuru.

Kwa hivyo, hasara si jambo la lazima kwa mabadiliko.

Ni muhimu.

Gharama si ya kitabia tu. Ni ya kuwepo. Inahusisha kuachana na haki ya kujifasiria mema na mabaya, haki ya kuamua mwelekeo wa maisha yetu, haki ya kubaki bila kubadilika huku tukihisi tuna haki.

Lewis hapunguzi gharama hii. Anaitaja waziwazi. Ukristo utaingilia kati. Utavuruga. Utavunja miundo inayojulikana kabla ya kujenga upya kitu chochote cha kudumu.

Hata hivyo Lewis pia anasisitiza kwamba kile kilichopotea sio kile ambacho hatimaye tulikusudiwa kukihifadhi.

Utu wa kale huahidi udhibiti lakini hutoa wasiwasi.

Huahidi uhuru lakini hutoa mgawanyiko. Huahidi usalama lakini hauwezi kupona.

Kile ambacho Ukristo hutoa kama malipo si faraja, bali ni uzima.

Sio kujieleza, bali ubinafsi uliopangwa vizuri.

Sio kuishi, bali mabadiliko.

Sura hii haiharakishi mazungumzo.

Inafafanua tu masharti.

Kabla ya nafsi mpya kujitokeza, nafsi ya zamani lazima iachilie mshiko wake.

Na kuachiliwa huko kutahisi kama hasara kabla ya kuhisi kama uhuru.

VIPENGELE VYA MASHINDANO

Maswali ya Kutambua kwa Uaminifu

Acha maswali haya yatoe upinzani kwa upole.
Yamekusudiwa kutaja gharama, si kuyatatua.

1. **Unaogopa ungepoteza nini ikiwa Kristo angepanga upya maisha yako kikamilifu?**
   Taja kwa uaminifu.
2. **Ni vipengele vipi vya utambulisho wako vinavyohisiwa zaidi kuhusishwa na udhibiti au kujitambua?**
   Kwa nini hivyo vinahisi kuwa muhimu?
3. **Je, umewahi kutamani mabadiliko huku ukipinga usumbufu?**
   Upinzani huo ulihifadhi nini?
4. **Unaitikiaje wazo kwamba mabadiliko yanahitaji utu wa zamani kuachia ngazi?**
   Ni hisia gani zinazojitokeza kwanza?
5. **Unapendelea Kristo aboreshe wapi badala ya kubadilisha mtindo wako wa maisha?**
   Kuwa mahususi.
6. **Ni nini kinachohisi salama zaidi—kuendelea kuzoea au kuwa mzima?**
   Kaa chini ukiwa na mvutano huo.
7. **Ikiwa hasara ni sehemu ya njia ya uzima, ni nini kinachohitaji kuachiliwa baadaye?**
   Usitende—angalia tu.

Mwelekeo Mpole kwa Msomaji

Mabadiliko si yasiyo na maumivu.
Lakini ni ya kusudi.
Kile kinachosalimishwa hakiharibiki—
kinahamishwa ili kutoa nafasi kwa ajili ya maisha.

SURA YA KUMI NA MOJA

Hatari ya Kumruhusu Kristo Kupanga Upya Kila Kitu

Kwa Nini Uaminifu Lazima Utangulie Mabadiliko

Kufikia wakati **CS Lewis** anapokabiliana na athari kamili za Ukristo, suala halipo tena kama mabadiliko ni muhimu.
Suala ni **kama Kristo anaweza kuaminiwa nalo** .
Katika *Ukristo Tu* , Lewis anatoa dai linalohisi kuwa la busara na la kutisha: ikiwa Kristo ni Bwana, basi hakuna sehemu ya maisha inayobaki bila kuguswa. Ukristo haupangi upya chumba kimoja baada ya kingine kwa wakati unaofaa. Unadai nyumba nzima.
Hapa ndipo uaminifu unakuwa swali muhimu.
Lewis alielewa kwamba kujisalimisha si tu kuhusu hasara—ni kuhusu **kumwamini Yule aliyepewa mamlaka** . Tunapinga kupanga upya mambo si kwa sababu tunapenda machafuko, bali kwa sababu tunaogopa kupotea. Tuna wasiwasi kwamba ikiwa Kristo atachukua udhibiti, jambo muhimu litapotea, litanyamazishwa, au litapungua.
Kwa hivyo tunasita.
Tunauliza kama utii utaondoa utu, kukandamiza tamaa, au kupunguza furaha. Tunaogopa kupungua sisi wenyewe badala ya kuwa zaidi. Lewis anakabiliana na hofu hii moja kwa moja. Anasisitiza kwamba Kristo haji kuharibu utu, bali kuuokoa. Utu tunaoulinda kwa ukali zaidi, anasema, mara nyingi ndio ule ambao hauwezi kuwa mkamilifu.
Hii inahitaji mabadiliko makubwa katika mawazo.
Kumwamini Kristo kunamaanisha kuamini kwamba kupanga upya kwake ni kwa busara zaidi kuliko mpangilio wetu.
Inamaanisha kumruhusu kugusa nia, matamanio, mahusiano,

tabia, na utambulisho ambao tumeuchunga kwa uangalifu. Inamaanisha kukubali kwamba nafsi haijajitawala yenyewe kama ilivyotarajia.

Hii ni hatari sana.

Lewis alijua kwamba hitaji la Ukristo la uaminifu linaonekana kuwa lisilo la busara hasa kwa sababu ni kamili. Uaminifu wa sehemu huhisi kuwa salama zaidi. Utii unaodhibitiwa huhisi unawezekana. Lakini Ukristo hautoi mabadiliko yanayoweza kudhibitiwa. Hutoa urejesho kupitia kujisalimisha.

Hapa ndipo wengi husimama.

Tunakawia si kwa sababu tunatilia shaka wema wa Kristo katika nadharia, bali kwa sababu hatuna uhakika kwamba tutajitambua baada ya utii. Tunaogopa kwamba kujisalimisha kutatufanya tuwe wadogo, watulivu, au tusiwe hai sana.

Lewis anasisitiza kwamba kinyume chake ni kweli.

Kitendawili kilicho moyoni mwa Ukristo ni kwamba nafsi haipotei kwa kujisalimisha—inapatikana. Nia inayojiuzulu haipotei; inaponywa. Utambulisho unaojitoa haufutwi; unafafanuliwa.

Lakini hili haliwezi kuthibitishwa mapema.

Kuaminiana hutangulia uzoefu kila wakati.

Lewis alielewa kwamba hakuna hoja inayoweza kuondoa hatari hii. Ukristo hautoi dhamana ambazo zinaweza kukaguliwa mapema. Unaomba ujasiri uliojikita katika ukweli badala ya uhakika uliojikita katika udhibiti.

Huu ndio kizingiti cha mwisho kabla ya hatua.

Sio kama Ukristo una mantiki.

Sio kama mabadiliko yanahitajika. Lakini kama Kristo anaaminika vya kutosha kuongoza.

Sura hii haidai uaminifu huo bado.

Inauliza kama kukataa uaminifu kumekuwa kikwazo cha mwisho.

VIPENGELE VYA MASHINDANO

Maswali ya Kutambua kwa Uaminifu

Acha maswali haya yatokee kwa woga kwa upole.
Yamekusudiwa kufafanua uaminifu, si kulazimisha uamuzi.

1. **Unaogopa kwamba Kristo anaweza kupanga upya nini ikiwa ungekubali kikamilifu?**
   Taja kwa uaminifu.
2. **Unamwamini Kristo wapi kwa ukweli lakini si kwa udhibiti?**
   Ni maeneo gani yanayobaki yamelindwa?
3. **Unafikiriaje utii unaathiri utambulisho wako?**
   Mdogo zaidi? Salama zaidi? Imepungua? Imebadilika?
4. **Ni matukio gani yamekufundisha kuhusisha udhibiti na usalama?**
   Matukio hayo yanawezaje kuwa yanaunda upinzani wako?
5. **Je, unaamini Kristo anatamani utimilifu wako—au utiifu wako tu?**
   Kwa nini tofauti hiyo ina umuhimu kwako?
6. **Kutokuaminiana kunaweza kuwa ni kujifanya kuwa tahadhari au hekima?**
   Kaa na uwezekano huo.
7. **Kama Kristo alikujua kweli kuliko unavyojijua wewe mwenyewe, ni nini ambacho kupanga upya kunaweza kufanikisha?**
   Usijibu—angalia tu.

Mwelekeo Mpole kwa Msomaji

Uaminifu hauwezi kujaribiwa kwa mbali.
Ni lazima utekelezwe.
Ukristo hauombi imani bila kufikiri—
bali unaomba kujiamini bila kufikiri.

SURA YA KUMI NA MBILI

MAISHA YANAYOSOMWA NA WOTE

Kusitasita **hadi Utii wa Hiari**

Wakati Utayari Unachukua Nafasi ya Upinzani

Kufikia mwisho wa upinzani mrefu wa **CS Lewis** dhidi ya Ukristo, mapambano yalikuwa yamepungua hadi hatua moja. Swali halikuwa tena kama Ukristo ulikuwa wa kweli.

Lilikuwa kama Lewis alikuwa tayari kuishi kana kwamba ni kweli.

Huu ndio wakati ambapo imani, baada ya kufanya kazi yake ya maandalizi, inaachilia nafasi ya utii. Sio utii wa kuigiza. Sio utii wa kishujaa. Lakini utii *wa hiari* —ridhaa ya kimya kimya ya nia ya kujiuzulu na kumruhusu Kristo aongoze.

Uongofu wa Lewis haukufika kwa shangwe. Hakukuwa na kilele cha kihisia, wala tangazo la ushindi hadharani. Badala yake alielezea kama kujisalimisha kwa kusitasita, utambuzi kwamba upinzani haungeweza tena kudumishwa kwa uaminifu. Hakuwa amepingwa katika imani hata kidogo bali amechoshwa na ukweli.

Na ukweli ulikuwa umefanya kazi yake.

Ukristo tu huibuka kutokana na mabadiliko haya ya ndani. Haijaandikwa na mtu aliyeshinda kwa urahisi, bali na mtu aliyejisalimisha kwa uangalifu. Lewis alijua kutokana na uzoefu kwamba utii hauwezi kuharakishwa. Hauwezi kulazimishwa. Lazima utokee kutokana na kutambua kwamba kutoegemea upande wowote kumekwisha.

Hapa ndipo utayari unapohitajika.

Utayari si shauku.

Si uhakika. Si kujiamini katika nguvu za mtu mwenyewe.

Utayari ni kukiri kimya kimya kwamba kuendelea kama hapo awali hakuwezekani tena.

Lewis alifika mahali hapa alipogundua kwamba imani bila utii haikuwa ya kweli tena. Kumsifu Kristo huku akipinga mamlaka Yake ilikuwa kubaki kugawanyika. Kuchelewesha kujisalimisha kwa muda usiojulikana ilikuwa kuchagua kujitawala bila msingi.

Na kwa hivyo alikubali—si kwa sababu alihisi nguvu, bali kwa sababu upinzani ulikuwa haujaweza kuvumilika.

Hii ni tofauti muhimu kwa wasomaji wa kisasa.

Utii hauanzi wakati hofu inapotoweka.

Unaanza wakati ukweli unapoanza kuepukika.

Lewis hakuingia katika imani kwa sababu alihisi yuko tayari kwa kila maana. Aliingilia kati kwa sababu alitambua kwamba maisha aliyokuwa akilinda hayakuwa na ulinzi tena. Gharama ya kuendelea kupinga ilizidi gharama ya kujisalimisha.

Hivi ndivyo utayari unavyoonekana.

Sio kutokuwepo kwa shaka, bali mwisho wa kuahirishwa.

Sio uhakika wa matokeo, bali uwazi wa mwelekeo. Sio umahiri wa imani, bali nia ya kuongozwa.

Sura hii inakamilisha ujio kwa sababu inataja kile ambacho kimekuwa kikijitokeza kimya kimya katika safari yote: harakati kutoka kwa uchunguzi hadi ushiriki, kutoka kutafakari hadi mwitikio, kutoka kwa imani kama dhana hadi utii kama mazoezi.

Hakuna chochote ambacho kimedaiwa kutoka kwako bado.

Hakuna chochote ambacho kimepewa.

Lakini kuna kitu kimefafanuliwa.

Ikiwa Ukristo ni wa kweli, basi maisha hayawezi kubaki bila kubadilika.

Ikiwa Kristo ni Bwana, basi nafsi haiwezi kubaki huru. Ikiwa mabadiliko yanawezekana, basi kuahirishwa kunakuwa uamuzi.

Sura zinazofuata—siku arobaini za mazoezi ya makusudi—hazipo ili kukushinikiza. Zipo ili **kutembea nawe** kupitia matendo ya polepole na ya kawaida ambayo utii hujidhihirisha.

Hapa si mahali ambapo kazi inaishia,
bali ni mahali ambapo inaishi.
Huombwi kufanya maonyesho.
Unaalikwa kufuata.

VIPENGELE VYA MASHINDANO

Maswali ya Kutambua kwa Uaminifu

Acha maswali haya yajibiwe.
Yanalenga kufafanua utayari, si kulazimisha kuchukua hatua.

1. **Ni nini kimebadilika ndani yako tangu uanze safari hii?**
   Sio kihisia— *ndani* .
2. **Ni wapi ambapo upinzani umepungua, hata kidogo?**
   Ni nini ambacho hakionekani tena kuwa na uwezo wa kujitetea kama hapo awali?
3. **Ingekuwaje kuacha kuahirisha utii katika eneo moja la maisha yako?**
   Usifanye uamuzi bado—angalia tu.
4. **Unatofautishaje kati ya tahadhari na kuchelewa?**
   Zinaweza kuingiliana wapi?
5. **Ni aina gani ya imani ambayo umeizidi katika mchakato huu?**
   Ni nini ambacho hakifai tena?
6. **Kama kutoegemea upande wowote kusingekuwa chaguo tena, ni mkao gani ungehitaji kubadilishwa kwanza?**
   Kaa na hilo.
7. **"Utiifu wa hiari" ungekuwaje kwako—sio wa ajabu, bali wa kila siku?**
   Acha swali libaki wazi.

Mwelekeo Mpole kwa Msomaji
Utii hauanzi kwa kujiamini.
Unaanza kwa ridhaa.
Safari iliyo mbele si kuhusu kuthibitisha imani,
bali ni kuhusu kufanya mazoezi ya upatanifu.

MAPINDUZI KWENYE SAFARI YA SIKU 40

Kinachofuata si utafiti wa mawazo, bali ni uundaji wa maisha. Siku arobaini zijazo zimepangwa si kwa ajili ya kukujulisha, bali kukuumba—kupitia Maandiko, kutafakari, kutenda, maombi, na uchunguzi wa kweli. Kila siku hualika mwitikio mdogo na thabiti, kwa sababu utii hukua kupitia mazoezi, si nia.
Hujaharakishwa hapa.
Umejiandaa.
Safari sasa inahama kutoka **uelewa** hadi **ukamilifu** .
Na huanza kimya kimya.

Nyaraka Zilizo Hai – Mfululizo wa Ibada wa Siku 40 - Masomo 2 YANAANZA… >>>>>

JINSI YA KUTUMIA KITABU HIKI

Kwa Watu Binafsi na Vikundi

Ibada hii haikuundwa kwa ajili ya kasi, ujazo, au mkusanyiko wa taarifa.
Imeundwa kwa ajili ya **malezi** .

1. KUTUMIA KITABU HIKI KAMA MTU MMOJA

Safari hii imekusudiwa kuishi polepole, kwa uangalifu, na kwa uaminifu.

A. Mdundo wa Kila Siku (Dakika 15–30)

Kila siku imepangwa ili *iingie* , si kukamilika.

Mtiririko uliopendekezwa:

1. Soma Polepole
Usiruke-ruke. Soma kana kwamba maandishi yanakusoma.

2. Ingia Katika Hali
Usiichambue. Jifikirie ndani yake. Angalia ni nini—upinzani, utambuzi, au usumbufu.

3. Kaa na Swali
Maswali hayajaundwa kwa ajili ya majibu ya haraka. Baadhi yamekusudiwa kuongozana nawe siku nzima.

4. Fanya Mazoezi ya Kitendo
Kila siku inajumuisha tendo dogo la utii. Lifanye kimya kimya. Usilitangaze. Liache likuumbe.

5. Omba kwa Urahisi
Maombi haya ni rahisi kimakusudi. Yatumie kama yalivyoandikwa, au yaruhusu yafungue maneno yako mwenyewe mbele za Mungu.

B. Mkao kwa Matumizi ya Mtu Binafsi

Kwa kitabu hiki kufanya kazi yake:

- Soma **siku moja kwa siku pekee**
- Pinga hamu ya kuruka mbele
- Usitafute uzoefu wa kihisia—tafuta mpangilio
- Jarida la kile kinachohitajika tu; **utii ni muhimu zaidi ya ufahamu**

Kitabu hiki hufanya kazi vizuri zaidi kinaposomwa kwa kujizuia.

C. Wakati wa Kusitisha

Ikiwa siku fulani itaonyesha upinzani, imani, au uchovu:

- Endelea na siku hiyo kwa saa 24-48 za ziada
- Fanya mazoezi ya kitendo tena
- Acha ukweli utulie kabla ya kusonga mbele

Uundaji wa kiroho mara chache huwa wa mstari. Usiharakishe kile Mungu anachokiumba.

2. KUTUMIA KITABU HIKI KATIKA MAZINGIRA YA KIKUNDI

Kitabu hiki kimeandikwa kimakusudi ili kifanye kazi ndani ya vikundi vidogo, duru za ufuasi, vikundi vya uongozi, na timu za huduma.

A. Ukubwa Bora wa Kikundi

- **Watu 4–8** ni bora zaidi
- Chini ya mipaka 4 ya ushahidi wa pamoja
- Uaminifu wa zaidi ya mipaka 10

Hii ni **nafasi ya malezi** , si darasa.

B. Mdundo wa Kila Wiki Unaopendekezwa

Badala ya kukutana kila siku, vikundi vinahimizwa kufanya kazi kwa kasi ya kila wiki.

Muundo uliopendekezwa:

- Siku tano za ibada zinakamilika kila mmoja
- Kikundi kimoja kinakutana kwa ajili ya kutafakari na kupambanua
- Siku moja ya kupumzika au ya kusubiri

Mdundo huu huruhusu utii kutekelezwa kibinafsi na kushughulikiwa kwa pamoja.

C. Muundo wa Mkutano wa Kikundi (Dakika 60–90)

1. Utulivu wa Kufungua (dakika 5)
Hakuna masasisho. Hakuna majadiliano. Acha chumba kiwe kimya.

2. Tafakari ya Pamoja (dakika 30)
Kila mtu anajibu tu:

- *Ni nini kilinipinga wiki hii?*
- *Mungu alifunua nini?*

Hakuna marekebisho.
Hakuna kufundisha.

3. Maandiko na Utambuzi (dakika 20)
Soma Maandiko muhimu kwa sauti polepole. Uliza pamoja:

- *Ni matunda gani yanayoanza kuota?*
- *Ni mpangilio gani unaoombwa?*

4. Maombi na Tamko (dakika 15)
Omba utii, si faraja. Semeni matamko hayo pamoja.

D. Mikataba ya Kikundi (Muhimu Sana)

Ili kitabu hiki kifanye kazi vizuri katika vikundi, yafuatayo lazima yakubaliwe:

- Hakuna kusahihishana
- Hakuna kufundisha isipokuwa umealikwa
- Hakuna ushauri isipokuwa kama umeombwa
- Hakuna kushiriki nje ya kikundi
- Hakuna ulinganisho wa kiroho

Hii ni mazingira ya malezi yaliyolindwa, si jukwaa la mijadala.

3. KUTUMIA KITABU HIKI KWA UONGOZI NA UFUASI

Ibada hii ina ufanisi hasa kwa:

- Timu za uongozi wa kanisa
- Wafanyakazi wa Wizara
- Viongozi wanaochipukia
- Waumini waliokomaa wanaoingia katika majukumu mapya

A. Msisitizo wa Uongozi

Viongozi wanapaswa kuzingatia hasa:

- Siku zinazozungumzia mamlaka, ukimya, uvumilivu, na kujizuia
- Matukio yanayofichua udhibiti, mwonekano, na utendaji
- Matendo yanayohitaji *utii kupitia mipaka* , si mpango

Kitabu hiki huunda **tabia kabla ya uwezo** .

B. Jukumu la Mwezeshaji

Kama unawaongoza wengine katika safari hii:

- Usitawale majadiliano
- Udhaifu wa modeli bila kushiriki kupita kiasi
- Ruhusu ukimya
- Linda kasi

Jukumu lako si kuwa mtaalamu, bali kuwa **mlinzi wa mazingira** .

4. KITABU HIKI NI NINI — NA SI KINACHO

Kitabu hiki ni:

- Safari ya malezi
- Zana ya ufuasi
- Kioo cha utii
- Rasilimali ya kuwaagiza

Kitabu hiki si:

- Kitabu cha mafundisho ya theolojia
- Ibada ya motisha
- Programu ya kusoma kwa haraka
- Utafiti unaoendeshwa na utu

Imeundwa **kuacha alama** , si hisia.

5. NENO LA MWISHO KWA WASOMAJI

Iwe unasoma kitabu hiki peke yako au na wengine, jukumu ni lile lile:

Huombiwi kuvutiwa na ukweli.
Unaombwa uwe **rahisi kueleweka** .

Soma polepole.
Tii kimya kimya. Ishi kwa uwazi.

Dunia inasoma.

Dunia inasoma.

SIKU YA KWANZA

Ukweli Unapoanza Kuenea

Kutambua Wakati Upande Wowote Unaisha

MAANDIKO MUHIMU YA KUZINGATIA

- **2 Wakorintho 3:2-3** — *Ninyi wenyewe ni barua yetu… iliyoandikwa si kwa wino bali kwa Roho wa Mungu aliye hai.*
- **Waebrania 4:12** — *Kwa maana Neno la Mungu li hai, tena lina nguvu, hutambua mawazo na makusudi ya moyo.*
- **Yohana 18:37** — *Kila mtu aliye wa kweli husikiliza sauti yangu.*

Usomaji wa Maandiko (Soma Polepole)
Usikimbilie kusoma huku.
Soma kama mtu anayeshughulikiwa, si kama mwenye taarifa.
"Ninyi ndinyi barua yetu, iliyoandikwa mioyoni mwetu, inayojulikana na kusomwa na watu wote."
— 2 Wakorintho 3:2

Tafakari ya Ibada
Kila safari ya utii huanza na wakati ambapo ukweli unakuwa wa kibinafsi.
Sio ya kuigiza.
Sio ya umma. Lakini haiwezi kuepukika.
Kabla ya **Waziri Lewis** kuzungumza hadharani kuhusu imani, alifikia utambuzi wa kibinafsi: kutoegemea upande wowote hakukuwa kweli tena. Ukweli ulikuwa umeenea sana kiasi kwamba haungeweza kuzingatiwa kwa mbali. Alichojua hakingeweza tena kubaki kinadharia.

Hapa ndipo ufuasi unapoanzia—si kwa shauku, bali kwa utambuzi.
Watu wengi huchelewesha utii si kwa sababu wanakataa ukweli, bali kwa sababu wanatumaini utalegeza mshiko wake. Tunadhani kutakuwa na wakati wa kujibu baadaye, wakati hali zinapohisi salama zaidi, wazi zaidi, au rahisi zaidi. Lakini Maandiko yanafunua kwamba ukweli hautufahamishi tu—*unatushughulikia* .
Neno la Mungu si tuli.
Liko hai. Linatafuta. Linataja nia.
Siku ya 1 si kuhusu vitendo.
Ni kuhusu *kukiri* .
Kama umeanza safari hii, ni kwa sababu kitu tayari kimesisimka—kitu kimesukuma, kimetilia shaka, kimesumbua, au kimealika. Kusisimka huku si kwa bahati mbaya. Ni Roho anayeanza kuandika.
Hauko hapa kula maudhui.
Uko hapa ili uumbwe.
Kabla utiifu haujaanza kuimarika, uaminifu lazima ujitie mizizi.

Uchunguzi wa Moyo
Kaa kimya na maswali haya.
Usikimbilie kuyajibu.

1. **Ni ukweli gani ambao umekuwa ukikusumbua hivi karibuni ambao bado hujaujibu?**
2. **Umebaki wapi bila kuegemea upande wowote ingawa uwazi tayari umefika?**
3. **Unahisi Mungu anaweza kukuomba *ukiri nini* kabla hajakuomba *utende* ?**

Mazoezi ya Leo (Madogo Lakini Yaliyokusudiwa)
Mazoezi ya leo ni **utulivu** .
Tenga **dakika 10 bila kukatizwa** .
Hakuna simu. Hakuna muziki. Hakuna shajara.
Kaa kimya mbele za Mungu na useme hivi tu—kwa sauti au kimya kimya:
"Bwana, nasikiliza."
Usieleze.
Usijadiliane. Usipange mapema.
Acha ukweli uendelee bila upinzani.

Maombi
Baba,
nakiri kwamba wewe hauko mbali. Neno lako liko hai, nalo linanichunguza. Ninaacha hitaji langu la kutoegemea upande wowote. Nifundishe kusikiliza kabla sijatenda na kupokea kabla sijajibu. Andika ukweli wako maishani mwangu hadi utii wangu utakapoonekana. Amina.

Tamko
Sema hili kwa sauti polepole:
Mimi ni barua hai ya Kristo.
Sipingi ukweli unapokaribia. Ninachagua uaminifu badala ya kuchelewa na kusikiliza badala ya kutoegemea upande wowote. Maisha yangu yanaandikwa na Roho wa Mungu.

Kujitolea kwa Utiifu
Leo, najitolea kutoharakisha mbele.
Najitolea **kubaki pale** .
Najitolea kuacha ukweli useme kabla sijajaribu kujibu.

Mwelekeo wa Kufunga
Usiendelee mbele bado.
Acha siku hii itulie.
Utii huanza na umakini.

Kesho, tutachunguza **kwa nini upinzani mara nyingi hujificha chini ya nia njema** .

SIKU YA PILI

Upinzani Unapovaa Uso Unaofaa

Jinsi Nia Nzuri Huchelewesha Utii

MAANDIKO MUHIMU YA KUZINGATIA

- **Mathayo 7:15–20** — *Mtawatambua kwa matunda yao.*
- **Yakobo 1:22** - *Iweni watendaji wa neno, wala si wasikiaji tu, mkijidanganya nafsi zenu.*
- **Luka 9:57–62** — *Hakuna mtu anayeshika jembe na kutazama nyuma anayefaa kwa ufalme wa Mungu.*

Usomaji wa Maandiko (Soma Polepole)
"Kwa nini mnaniita 'Bwana, Bwana,' nanyi hamfanyi ninachowaambia?"
— Luka 6:46
Soma tena.
Acha swali lisimame bila kulijibu bado.

Tafakari ya Ibada
Upinzani mara chache hujitangaza kama uasi.
Mara nyingi zaidi, hujificha kama *mantiki* .
Kabla ya **CS Lewis** kukataa Ukristo hadharani, aliuchelewesha kwa mantiki, wakati, na ukweli. Hakusema "hapana" moja kwa moja. Alisema, *"bado," "sio hivi,"* au *"sio hadi nitakapoelewa zaidi."* Majibu haya yalionekana kuwa ya kweli—na yalikuwa—lakini pia yalifanya kazi kama ngao. Hii ni mojawapo ya aina za kujidanganya zenye hila zaidi. Tunadhani kwamba kwa sababu sababu zetu zinasikika kuwa za kufikirika, lazima ziwe za uaminifu. Tunachanganya maelezo na utii. Tunakosea kutafakari kuwa jibu. Maandiko yanatuonya kwa upole lakini wazi: kusikia bila kutenda

kunaweza kuwa aina ya udanganyifu—sio unafiki wa kukusudia, bali kuchelewa bila kuchunguzwa.
Yesu hawakemei watu kwa kuuliza maswali, anawakemea kwa kuepuka mpangilio.
Siku ya 2 inakualika utambue mahali ambapo upinzani unaweza kuwa umejifunza kuonekana wa busara maishani mwako. Pale ambapo utii umeahirishwa chini ya bendera ya utambuzi. Pale ambapo nia njema imechukua nafasi ya hatua iliyokubali.
Matunda yanaonyesha utii.
Wakati hufunua ukweli.
Ikiwa kitu kimekuwa kikikusumbua moyoni kwa muda mrefu, suala hilo huenda lisiwe uwazi tena—linaweza kuwa ni ridhaa.

Uchunguzi wa Moyo
Kaa kimya na maswali haya.
Waache watoe mifano, si majibu.

1. **Umewahi kusema "ndiyo" kimsingi lakini "baadaye" katika vitendo wapi?**
2. **Ni sababu gani mara nyingi unazotoa za kuchelewesha utii?**
3. **Unatofautishaje kati ya utambuzi na kuepuka katika maisha yako mwenyewe?**

Mazoezi ya Leo (Madogo Lakini Yanayofaa)
Mazoezi ya leo ni **kutaja majina** .
Chukua karatasi au ujumbe kwenye simu yako.
Andika **sehemu moja** ambapo unahisi Mungu tayari amesema—lakini umechelewa kujibu.
Usiihalalishe.
Usiielezee. Iite jina tu.
Kisha sema hivi kimya kimya:
"Bwana, naona pale nilipochelewa."
Hiyo ndiyo yote.

Maombi

Bwana Yesu,
nakiri kwamba upinzani si mara zote huonekana kama uasi. Wakati mwingine huonekana kama uvumilivu, tahadhari, au hekima. Nichunguze na unifunulie mahali ambapo kuchelewa kumechukua nafasi ya utii. Nifundishe kutambua matunda badala ya visingizio na upatanifu badala ya nia. Ninachagua uaminifu badala ya kujilinda. Amina.

Tamko

Sema hivi kwa sauti kubwa:
Sichanganyi nia na utii.
Sifichi upinzani nyuma ya akili. Ninajifunza kutambua kuchelewa na kuchagua kuambatana na ukweli. Maisha yangu yatazaa matunda yanayoakisi kujisalimisha.

Kujitolea kwa Utiifu

Leo, najitolea **kutambua kwa uaminifu** .
Sitabadilisha jina la kuchelewa kuwa utambuzi. Nitamruhusu Mungu kufichua kinachohitaji mpangilio kabla ya kuomba mwelekeo mpya.

Mwelekeo wa Kufunga

Usichukue hatua kulingana na kile ulichokitaja bado.
Leo ilikuwa kuhusu **kuona wazi** , si kurekebisha haraka.
Kesho, tutachunguza **kwa nini utii mara nyingi huhisi hatari hata wakati ukweli uko wazi** .

SIKU YA TATU

Wakati Utiifu Unahisi Kuwa Hatari

Kwa Nini Uwazi Hauongozi Siku Zote Kwenye Hatua

MAANDIKO MUHIMU YA KUZINGATIA

- **Mithali 3:5-6** — *Mtumaini Bwana kwa moyo wako wote...*
- **Mathayo 14:28–31** — *Petro alitembea juu ya maji... na akaanza kuzama.*
- **Waebrania 11:8** — *Kwa imani Ibrahimu alitii... asijue aendako.*

Usomaji wa Maandiko (Soma Polepole)
"Mtumaini Bwana kwa moyo wako wote,
wala usizitegemee akili zako mwenyewe."
- Mithali 3:5
Sitisha.
Angalia mahali ambapo uaminifu—sio maarifa—unaposisitizwa.

Tafakari ya Ibada
Mojawapo ya vipengele visivyoeleweka vyema vya utii ni hili: utii mara chache huhisi *salama* wakati unapohitajika.
Kabla ya **CS Lewis** kujisalimisha kikamilifu kwa Ukristo, tayari alijua mengi kuhusu utii ungehusisha. Upinzani wake haukuwa na mizizi katika ujinga. Ulitokana na *hatari* . Utii ulitishia hisia yake ya udhibiti, utabiri, na uandishi wake mwenyewe.
Hili bado ni kweli kwa wengi leo.

Mara nyingi tunadhani kwamba mara tu ukweli unapokuwa wazi, kitendo kinapaswa kuwa rahisi. Maandiko yanaelezea hadithi tofauti. Uwazi hauondoi hofu. Kwa kweli, uwazi mara nyingi huongeza hofu—kwa sababu sasa gharama inaonekana.

Utiifu unahitaji uaminifu wakati sahihi ambapo matokeo hayajulikani.

Petro hakuzama kwa sababu alikuwa na shaka kama Yesu yupo.

Alizama kwa sababu hofu ilielekeza mawazo yake.

Ibrahimu hakutii kwa sababu alikuwa na ramani.

Alitii kwa sababu alimwamini Yeye aliyemwita.

Siku ya 3 inakualika uone kwamba kusitasita si uasi kila wakati—mara nyingi ni hofu ya kupotea, kufichuliwa, au mabadiliko. Utiifu unatuomba tusonge mbele kabla usalama haujahakikishwa. Inahitaji imani si kama kujiamini katika matokeo, bali kama kujiamini katika tabia ya Mungu.

Hapa ndipo wengi hupumzika kwa muda usiojulikana.

Tunasubiri uhakika Mungu anapoomba uaminifu.

Tunasubiri uhakika Mungu anapoomba upatanifu. Tunasubiri uwazi kuhusu wakati ujao Mungu anapoomba utii kwa wakati uliopo.

Utiifu huhisi hatari kwa sababu huondoa udanganyifu wa udhibiti.

Lakini Maandiko yanafunua mara kwa mara kwamba imani si kutokuwepo kwa hofu—ni mwendo *kupitia* hiyo.

Uchunguzi wa Moyo

Kaa na maswali haya bila kukimbilia.

1. **Ni kipengele gani cha utii kinachoonekana kuwa hatari zaidi kwako kwa sasa?**
2. **Unajaribu kujilinda kutokana na matokeo gani?**
3. **Kwa kawaida huitikiaje Mungu anapokuomba uondoke kabla ya uhakika?**

Mazoezi ya Leo (Madogo Lakini Jasiri)

Mazoezi ya leo ni **sala inayozingatia uaminifu** .

Tafuta mahali pa utulivu.
Taja **hofu moja mahususi** inayohusiana na utii.
Kisha omba sentensi hii polepole, mara tatu:
"Bwana, nakuamini zaidi ya matokeo ninayoogopa."
Usibishane na hofu.
Usiiondoe. Weka imani kando yake.

Maombi
Baba,
Unajua ambapo utii unahisi kuwa wa gharama kwangu. Unaona hofu iliyo chini ya kusitasita kwangu. Nifundishe kuamini tabia yako wakati siwezi kutabiri matokeo. Ninachagua imani inayosonga mbele, hata wakati hofu bado ipo. Amina.

Tamko
Sema hivi kwa sauti kubwa:
Singojei uhakika utii.
Ninamwamini Yeye anayeniita mbele. Hofu haiongoi maamuzi yangu. Imani inaniongoza hatua kwa hatua. Utiifu wangu unakua na nguvu kuliko kusitasita kwangu.

Kujitolea kwa Utiifu
Leo, nimejitolea **kuamini tabia ya Mungu**
hata wakati matokeo hayajaeleweka. Sitachanganya hofu na hekima au kuchelewa na utambuzi.

Mwelekeo wa Kufunga
Usikimbilie mbele.
Leo ilikuwa kuhusu **kutaja hofu** , si kuishinda.
Kesho, tutachunguza **jinsi kiburi kinavyopinga utii kwa hila huku kikionekana kuwajibika** .

SIKU YA NNE

Wakati Kiburi Kinapoonekana Kuwa na Wajibu

Jinsi Kujitawala Kunavyojifanya Kama Hekima

MAANDIKO MUHIMU YA KUZINGATIA

- **Mithali 16:18** - *Kiburi hutangulia uharibifu ...*
- **Luka 18:9–14** — *Farisayo na mtoza ushuru.*
- **Warumi 12:3** - *Usijifikirie kuwa mkuu kuliko inavyokupasa...*

Usomaji wa Maandiko (Soma Polepole)
"Mungu huwapinga wenye kiburi
, lakini huwapa neema wanyenyekevu."
- Yakobo 4:6
Soma tena.
Angalia neno *linapinga* .

Tafakari ya Ibada
Sio kila kiburi huwa na sauti kubwa.
Kiburi fulani kinasikika kuwa makini.
Kinapimwa. Kinawajibika.
Kabla ya **CS Lewis** kujisalimisha kwa Kristo, mojawapo ya aina kali zaidi za upinzani alizokabiliana nazo haikuwa kiburi—bali *kujiamini* . Aliamini alikuwa na busara, mwenye mawazo, na nidhamu. Na alikuwa na nidhamu. Lakini chini ya mkao huo kulikuwa na dhana ya kina zaidi: *Nina uwezo wa kujitawala.*
Hii ni mojawapo ya maficho yanayoshawishi zaidi ya kiburi.

Mara nyingi tunafikiria kiburi kama kujisifu au kujiona kuwa muhimu. Maandiko yanafunua kitu cha hila zaidi: kiburi ni msisitizo *ninaoujua vyema jinsi ya kusimamia maisha yangu* . Ni kujitawala kunakoonyeshwa kama ukomavu. Udhibiti unaonyeshwa kama tahadhari. Uhuru unaonyeshwa kama hekima.

Lewis alitambua kwamba mradi tu angebaki kuwa mamlaka ya mwisho, Ukristo haungeweza kuota mizizi kikamilifu. Angeweza kukubali mwongozo wa maadili, kuthamini mafundisho ya Kikristo, na hata kumsifu Kristo—huku bado akidumisha udhibiti wa jinsi utii ungeonekana.

Kiburi hakimkatai Mungu kila wakati.

Mara nyingi hujadiliana naye.

Inakubaliana kimsingi huku ikipinga kujisalimisha kivitendo. Inapendelea kushauriana kuliko kujisalimisha. Inakubali msaada bila kutoa mamlaka. Na kwa sababu inahisi kuwa ya busara, mara nyingi haipingwi.

Yesu anazungumzia hili moja kwa moja katika mifano yake. Farisayo katika Luka 18 haonekani kuwa mpotovu. Anaonekana kuwajibika. Mnyoofu. Mwenye dini. Lakini mkao wake hauachi nafasi ya neema, kwa sababu hauachi nafasi ya hitaji.

Neema haiwezi kutua ambapo kujitosheleza kunabaki bila kubadilika.

Siku ya 4 inakualika utambue mahali ambapo utii unaweza kupingwa si kwa kuasi, bali kwa kujiamini. Ambapo kutegemea hukumu yako mwenyewe hushindana kimya kimya na kuamini mwelekeo wa Mungu.

Hili halihusu kulaani uwezo au uwajibikaji.

Linahusu kutambua wakati wamechukua nafasi ya utegemezi.

Kiburi mara chache hujitangaza kama uasi.

Hunong'ona, "*Nina hili.*"

Uchunguzi wa Moyo

Kaa kimya na maswali haya.

1. **Ni wapi unapotegemea zaidi hukumu yako mwenyewe badala ya uongozi wa Mungu?**

2. **Unaitikiaje wakati utiifu unapohisi haufai au haufai?**
3. **Unyenyekevu unaonekanaje katika maeneo ambayo unahisi una uwezo zaidi?**

Mazoezi ya Leo (Madogo Lakini Yanafunua)
Mazoezi ya leo ni **kutolewa** .
Tambua **uamuzi mmoja, tabia, au eneo la maisha** unalolisimamia peke yako.
Omba sentensi hii polepole:
"Bwana, naachilia hitaji langu la kudhibiti hili."
Usiirekebishe.
Usiiboreshe. Iachilie tu kwa Mungu.

Maombi
Baba,
nakiri kwamba kiburi si dhambi kila wakati. Wakati mwingine huhisi busara, uangalifu, na nguvu. Nionyeshe mahali ambapo kujitawala kumechukua nafasi ya uaminifu. Nifundishe unyenyekevu unaopokea neema na utii unaotokana na utegemezi. Ninajiuzulu ili Wewe uweze kuniongoza. Amina.

Tamko
Sema hivi kwa sauti kubwa:
Sitegemei akili zangu mwenyewe.
Ninaacha uwezo wangu kwa hekima ya Mungu. Kiburi hakiongoi maamuzi yangu. Neema huunda utii wangu. Ninachagua unyenyekevu kuliko udhibiti.

Kujitolea kwa Utiifu
Leo, nimejitolea **kuachilia kujitawala** .
Sitachanganya uwajibikaji na uhuru au hekima na udhibiti.
Ninachagua uaminifu badala ya kujitegemea.

Mwelekeo wa Kufunga
Usikimbilie kurekebisha chochote leo.
Leo ilikuwa kuhusu **kutambua mkao** , si kuleta mabadiliko.
Kesho, tutakabiliana na **jinsi utiifu wa sehemu unavyosababisha mgongano wa ndani**

SIKU YA TANO

Wakati Utii Unapokuwa Sehemu

Kwa Nini Utiifu Uliogawanyika Husababisha Mgogoro wa Ndani

MAANDIKO MUHIMU YA KUZINGATIA

- **1 Wafalme 18:21** — *Mtasitasita kati ya mawazo mawili hadi lini?*
- **Luka 9:23** — *Mtu yeyote anayetaka kuwa mfuasi wangu, na ajikane mwenyewe...*
- **Warumi 7:22–25** — *Ninaifurahia sheria ya Mungu... lakini naona sheria nyingine ikitenda kazi ndani yangu.*

Usomaji wa Maandiko (Soma Polepole)
"Hakuna mtu anayeweza kutumikia mabwana wawili."
— Mathayo 6:24
Sitisha.
Usielezee mstari mbali. Acha usimame.

Tafakari ya Ibada
Utii wa sehemu huhisi kuwa wa busara.
Inaturuhusu kusema ndiyo bila kusalimisha kila kitu.
Inaturuhusu kumfuata Kristo kwa njia zinazoonekana huku tukijiwekea maeneo fulani kimya kimya. Na kwa sababu utii wa sehemu mara nyingi huonekana wa dhati, unaweza kuendelea kwa miaka mingi bila kukabiliwa.
Kabla ya **CS Lewis** kujisalimisha kikamilifu kwa Kristo, aliishi katika mvutano huu. Alipenda ukweli wa Kikristo, alikubali uwazi wake wa kimaadili, na hata alikubali mamlaka yake—lakini alichelewesha kujisalimisha kikamilifu. Maisha

yake hayakuwa na alama ya uasi wa wazi, bali kwa uaminifu uliogawanyika.

Mgawanyiko huu husababisha mvutano.

Maandiko hayaelezi mzozo wa ndani kama fumbo. Yanauita kama matokeo ya mamlaka zinazoshindana. Kristo anapotawala maeneo fulani na nafsi yake ikitawala mengine, amani hubaki kuwa kitu kisichoeleweka. Sio kwa sababu Mungu anaizuia—bali kwa sababu utawala uliogawanyika hauwezi kudumisha ukamilifu.

Utii wa sehemu hutuchosha.

Tunabeba uzito wa kufanya maamuzi tunapojaribu kumfuata Kristo. Tunasimamia imani badala ya kupokea mwongozo. Tunabadilika kati ya uaminifu na udhibiti, utii na kujizuia. Na matokeo yake mara nyingi ni uchovu, kuchanganyikiwa, na hisia ya utulivu kwamba kitu fulani kimepotoshwa.

Mungu haonyeshi mvutano huu ili kutuaibisha.

Anaufunua ili kutualika katika pumziko.

Pumziko halipatikani kwa kufanya kidogo kwa ajili ya Mungu, bali kwa kujisalimisha zaidi kwake.

Hatimaye Lewis alitambua kwamba Ukristo haufanyi kazi chini ya uongozi wa pamoja. Kristo hajadili mamlaka; Anaichukulia. Amani ambayo Lewis alitafuta haikupatikana kupitia marekebisho ya mara kwa mara, bali kupitia udhibiti ulioachwa.

Siku ya 5 inakualika utambue mahali ambapo utii unaweza kuwa wa dhati lakini usio kamili. Pale ambapo Kristo anakaribishwa kama Mwokozi lakini anapingwa kama Bwana. Pale ambapo imani imegawanywa ili kuhifadhi faraja, udhibiti, au uzoefu.

Utambuzi huu si kushindwa.

Ni maendeleo.

Mgogoro wa ndani mara nyingi huashiria kwamba mpangilio uko karibu.

Uchunguzi wa Moyo

Kaa kimya na maswali haya.

1. **Umetoa wapi utii kwa masharti yaliyoambatanishwa?**
2. **Ni eneo gani la maisha linalohisiwa kuwa sugu zaidi kwa kujisalimisha kikamilifu?**
3. **Utiifu wa sehemu huonekanaje kihisia—katika uchovu, kuchanganyikiwa, au kutotulia?**

Mazoezi ya Leo (Madogo Lakini Yanafafanua)
Mazoezi ya leo ni **hesabu ya kweli** .
Andika **maeneo matatu** ya maisha yako:

- Moja ambapo utiifu huhisiwa kuwa wa kawaida
- Moja ambapo utiifu huhisi kama chaguo
- Sehemu ambapo utiifu huhisi kupingwa

Usihukumu unachoandika.
Angalia tu muundo.
Kisha sema kimya kimya:
"Bwana, nionyeshe mahali ambapo utii wangu umegawanyika."

Maombi
Bwana Yesu,
nakiri kwamba mara nyingi nimekupa utii wa sehemu. Nimekufuata pale nilipohisi salama na kukupinga pale nilipohisi gharama. Fumbua pale ambapo mgawanyiko umechukua nafasi ya kujisalimisha. Nifundishe amani inayotokana na ukamilifu, si udhibiti. Ninachagua upatanifu badala ya mazungumzo. Amina.

Tamko
Sema hivi kwa sauti kubwa:
Siwatumikii mabwana waliogawanyika.
Ninachagua ukamilifu kuliko udhibiti. Utii wangu si wa sehemu au wa masharti. Kristo ni Bwana juu ya kila eneo la maisha yangu. Ninapokea amani kupitia kujisalimisha.

Kujitolea kwa Utiifu
Leo, najitolea kwa **ufahamu wa kweli** .
Sitapuuza tena maeneo ya uaminifu uliogawanyika.
Ninachagua upatanifu kama njia ya kupumzika.

Mwelekeo wa Kufunga
Acha leo itulie.
Usikimbilie kurekebisha kila kitu mara moja.
Kesho, tutachunguza **kwa nini utii lazima utekelezwe kila siku—sio uamuzi wa mara moja.**

SIKU YA SITA

Utii Hujifunza Kila Siku

Kwa Nini Uwiano Hufanywa, Haukuamuliwa Mara Moja

MAANDIKO MUHIMU YA KUZINGATIA

- **Luka 9:23** — *Chukua msalaba wako kila siku na unifuate.*
- **Maombolezo 3:22–23** — *Rehema zake ni mpya kila asubuhi.*
- **Wafilipi 2:12–13** — *Timizeni wokovu wenu… kwa maana ni Mungu atendaye kazi ndani yenu.*

Usomaji wa Maandiko (Soma Polepole)
"Mtu yeyote anayetaka kuwa mfuasi wangu, na ajikane mwenyewe, ajitwike msalaba wake kila siku, anifuate."
— Luka 9:23
Angalia neno **kila siku** .
Usilifanye kuwa la kiroho.

Tafakari ya Ibada
Mojawapo ya dhana potofu kuhusu utii ni imani kwamba inaweza kutatuliwa mara moja na kwa wote.
Tunafikiria wakati wa uamuzi—sala, kujitolea, mafanikio—ambapo utii unakuwa wa moja kwa moja. Lakini Maandiko yanawasilisha utii si kama tukio moja, bali kama **mkao wa kila siku** .
Kabla ya **CS Lewis** kuwa sauti ya Kikristo ya umma, kujisalimisha kwake kulijitokeza polepole. Upinzani wake haukuanguka katika tendo moja la kuigiza; ulilegea kupitia

chaguzi za kawaida za kurudia-rudia ili kuendana na ukweli ulipojitokeza. Utii ulijifunza kupitia mdundo, si azimio.
Hii inafungua moyo sana.
Kama utii ungedumishwa kwa nguvu, wengi wangeshindwa haraka. Badala yake, Mungu huunda utii kupitia kurudia—kwa kurudia kila siku kwenye uamuzi ule ule: *Nani anayeongoza leo?*
Utii wa kila siku unakubali jambo la kweli kutuhusu: tunaamka kila asubuhi tukiwa bado na hamu ya kutawala.
Hili si kushindwa.
Ni ukweli.
Maandiko hayatuombi tusulubishe nafsi mara moja.
Yanatuomba tuchukue msalaba **kila siku** .
Siku ya 6 inakualika uachilie shinikizo la ukamilifu na kukumbatia nidhamu ya uwepo. Utiifu hukua si kupitia juhudi za kishujaa, bali kupitia ridhaa inayorudiwa. Kila siku inakuwa fursa mpya ya kujipanga upya—si kwa sababu jana haikuwa ya kutosha, bali kwa sababu leo huleta chaguzi zake.
Huruma ya Mungu inatufikia hapo.
Utii wa kila siku hauhitaji tujisikie kujitolea.
Unatuomba tuendelee kuwa tayari.
Haihitaji kuona mbele.
Inahitaji uaminifu katika wakati huu.
Hivi ndivyo mabadiliko yanavyokuwa endelevu.

Uchunguzi wa Moyo
Kaa kimya na maswali haya.

1. **Unatarajia utii utatuliwe wapi mara moja badala ya kufanywa kila siku?**
2. **Kwa kawaida huitikiaje wakati uwazi wa jana unahisi kuwa mbali leo?**
3. **Ingeonekanaje kukaribia utii kama marejeo ya kila siku badala ya hali ya kudumu?**

Mazoezi ya Leo (Rahisi na Yanayoweza Kurudiwa)
Mazoezi ya leo ni **ridhaa ya kila siku** .

Mwanzoni mwa siku yako—au sasa hivi—sema hivi polepole:
"Bwana, nachagua mpangilio leo."
Usiongeze masharti.
Usifikirie kuhusu kesho.
Utii uendelee kuwa wa wakati uliopo.

Maombi
Baba,
Asante kwamba utii huundwa baada ya muda. Nifungue kutoka kwenye shinikizo la kutatua kila kitu mara moja. Nifundishe uaminifu katika chaguzi za leo na kuamini rehema zako kwa ajili ya kesho. Ninakupa leo—sio kikamilifu, bali kwa hiari. Amina.

Tamko
Sema hivi kwa sauti kubwa:
Utii huundwa kila siku maishani mwangu.
Sitegemei azimio la jana. Ninachagua upatanifu leo. Neema ya Mungu hunijia mara kwa mara. Imani yangu hukua kupitia mazoezi ya uaminifu.

Kujitolea kwa Utiifu
Leo, najitolea **kutoa utii** .
Sitadai uhakika wa kesho kabla ya kujisalimisha leo.
Ninachagua mpangilio wa kila siku badala ya ukamilifu uliochelewa.

Mwelekeo wa Kufunga
Acha leo iwe nyepesi.
Unajifunza mdundo, si kuonyesha kujitolea.
Kesho, tutachunguza **kwa nini utii huongezeka kupitia chaguzi ndogo, zilizofichwa badala ya zile zinazoonekana** .

SIKU YA SABA

Uaminifu Katika Sehemu Zilizofichwa

Kwa Nini Utiifu Hukua Pale Ambapo Hakuna Anayeuona

MAANDIKO MUHIMU YA KUZINGATIA

- **Mathayo 6:1-6** — *Baba yako aonaye yaliyofichika atakutuza.*
- **Luka 16:10** — *Mtu aliye mwaminifu katika lililo dogo sana, huwa mwaminifu katika lililo kubwa pia.*
- **Wakolosai 3:23–24** — *Lolote mfanyalo, lifanyeni kwa moyo wenu wote, kama kwa ajili ya Bwana.*

Usomaji wa Maandiko (Soma Polepole)
"Baba yako, aonaye yaliyofichwa, atakupa thawabu."
— Mathayo 6:4
Sitisha.
Angalia hadhira ni akina nani.

Tafakari ya Ibada
Utii mwingi hutokea pale ambapo hauwezi kupimika.
Kabla ya **Waziri Lewis** kuzungumza hadharani kuhusu Ukristo, utii wake ulikuwa ukiundwa kwa njia zisizoonekana. Kujisalimisha kwake hakukuanzia jukwaani au kwa maandishi. Kulitokea kwa mpangilio wa kibinafsi—chaguo ambazo hakuna mtu aliyezipongeza, marekebisho ambayo hakuna mtu aliyeyaona, uaminifu ambao haukuleta kutambuliwa mara moja.
Hapa ndipo utii unapozidi kuwa imara zaidi.
Mara nyingi tunahusisha utii na matendo yanayoonekana—imani ya umma, msimamo wa maadili, maamuzi ya ujasiri.

Maandiko yanafunua kitu kimya zaidi: Mungu huunda tabia katika sehemu zilizofichwa. Tunachofanya wakati hakuna mtu anayetutazama anayetufanya tuwe nani wakati kila mtu ni.
Utii uliofichwa hujaribu nia.
Inauliza kama tunamfuata Kristo kwa ajili ya kutambuliwa au kwa ajili ya kupatana. Kama tunatii kwa ajili ya zawadi au kwa ajili ya uaminifu. Kama utii wetu unategemea uthibitisho au unabaki imara katika giza.
Lewis alielewa hili kwa undani. Utiifu wake wa mapema haukumfanya awe maarufu. Ulimfanya awe mwaminifu. Muda mrefu kabla ya maandishi yake kuwashawishi mamilioni, chaguo zake ziliunda maisha yaliyopangwa kuelekea ukweli. Matunda yalikuja baadaye. Malezi yalikuja kwanza.
Hili ni changamoto hasa katika utamaduni unaowapa watu thawabu ya kuonekana.
Tunajaribiwa kupima maendeleo kwa kujulikana. Tunalinganisha ukuaji na uthibitisho. Lakini Yesu huelekeza umakini mbali na umati na kumwelekea Baba anayeona sirini. Siku ya 7 inakualika ubadilishe utii si kama utendaji, bali kama uwepo.
Utii uliofichwa si bure.
Una uzito.
Inatuandaa kubeba jukumu bila ufisadi, ushawishi bila kiburi, na matunda bila haki. Uaminifu katika siri huunda uti wa mgongo wa uadilifu wa umma.
Ukihisi kutoonekana katika utiifu wako, hauko nyuma. Unaumbwa.

Uchunguzi wa Moyo

Kaa kimya na maswali haya.

1. **Ni matendo gani ya utii maishani mwako ambayo hayaonekani na wengine?**
2. **Unaitikiaje kihisia uaminifu unapokosa kutambuliwa?**
3. **Ni nini kinachokuchochea zaidi utiifu wako—mwelekeo au uthibitisho?**

Mazoezi ya Leo (Utulivu na Makusudi)
Mazoezi ya leo ni **utii wa siri** .
Chagua **tendo moja dogo la uaminifu** ambalo hakuna mtu mwingine atakayelijua:

- Sala
- Kitendo cha kujizuia
- Wakati wa ukarimu
- Uamuzi wa kusema kwa upole au kukaa kimya

Ifanye kimya kimya.
Usiirekodi. Usiitaje.
Acha iwe kati yako na Mungu.

Maombi
Baba,
Unaona kinachofanyika kwa siri. Nifundishe kuthamini macho yako kuliko utambuzi. Unda utii wangu mahali ambapo makofi hayapo na uaminifu lazima ujitegemee wenyewe. Ninakupa kile ambacho hakuna mtu mwingine atakayekiona. Amina.

Tamko
Sema hivi kwa sauti kubwa:
Utiifu wangu si wa utendaji.
Mimi ni mwaminifu mahali ambapo hakuna mtu anayeniona. Mungu huumba tabia yangu mahali pa siri. Ninaishi kwa ajili ya upatanifu, si kwa ajili ya makofi. Uaminifu wangu huzaa matunda kwa wakati unaofaa.

Kujitolea kwa Utiifu
Leo, ninajitolea kwa **uaminifu uliofichwa** .
Ninachagua utii bila kutambuliwa na upatanifu bila uthibitisho.

Mwelekeo wa Kufunga
Hii inakamilisha **Wiki ya Kwanza** .

Hujaombwa kufanya mengi—
lakini mengi yamekuwa yakitokea kimya kimya.
Wiki ijayo, tutachunguza **jinsi utiifu unavyobadilisha tamaa, si tabia tu** .

SIKU YA NANE

Tamaa Inapoanza Kubadilika

Jinsi Utiifu Unavyopanga Upya Kile Tunachopenda

MAANDIKO MUHIMU YA KUZINGATIA

- **Zaburi 37:4** - *Jifurahishe katika Bwana, naye atakupa haja za moyo wako.*
- **Ezekieli 36:26** - *Nitawapa moyo mpya na kuweka roho mpya ndani yenu.*
- **Wagalatia 5:16-17** — *Enendeni kwa Roho, wala hamtatimiza kamwe tamaa za mwili.*

Usomaji wa Maandiko (Soma Polepole)
"Nitawapa moyo mpya,
nami nitatia roho mpya ndani yenu."
—Ezekieli 36:26
Ona kwamba Mungu haanzi na tabia.
Anaanza na **moyo** .

Tafakari ya Ibada
Watu wengi hudhani kwamba utii hukandamiza tamaa. Wanafikiria imani kama kujizuia—kufanya yaliyo mema huku wakitamani kitu kingine. Kutokuelewana huku husababisha utii kuhisi kuwa mzito na wa muda. Lakini Maandiko yanafunua ukweli wa kina zaidi: utii hauzuii tu tamaa; **unaibadilisha** .
Kabla ya **CS Lewis** kupata uhuru wa kudumu katika Kristo, alijifunza kwamba mabadiliko ya Kikristo hayakuwa kuhusu kushinda tamaa kupitia nguvu ya utashi. Ilikuwa kuhusu kuruhusu tamaa yenyewe kupangwa upya. Kile kilichomvuta

kutoka kwa Mungu kilianza, polepole, kupoteza mamlaka yake.
Hili halitokei mara moja.
Tamaa hubadilika polepole—kupitia mpangilio unaorudiwa-rudiwa, kupitia kuchagua utii hata wakati hamu inapochelewa. Baada ya muda, kile ambacho hapo awali kilihisi kuwa cha gharama huanza kuhisika kuwa cha kawaida. Kile ambacho hapo awali kilihitaji juhudi huanza kuleta amani.
Huu si ukandamizaji.
Ni upya.
Mungu hatuombi tujifanye kuwa matamanio yetu ni tofauti na yalivyo. Anaahidi kuyafanya *yawe tofauti* . Lakini ahadi hiyo hufunuliwa kupitia mazoezi, si shinikizo. Tunapotembea katika utiifu, Roho hutengeneza upya mapendo yetu kutoka ndani hadi nje.
Siku ya 8 inakualika utambue mabadiliko madogo.
Huenda bado hutaki kila kitu ambacho Mungu anauliza.
Lakini unaweza kuanza kutaka *mpangilio wenyewe* .
Na hapo ndipo mabadiliko yanapoanza.
Ukomavu wa Kikristo hauashiriwi na kutokuwepo kwa hamu, bali na mabadiliko yake.

Uchunguzi wa Moyo
Kaa kimya na maswali haya.

1. **Ni tamaa gani zinazoshindana na utii maishani mwako kwa sasa?**
2. **Je, umegundua tamaa zozote zikipoteza mvuto wake tangu kuanza safari hii?**
3. **Ingekuwaje kumtumaini Mungu kwa uundaji upya wa tamaa zako, si matendo yako tu?**

Mazoezi ya Leo (Laini na ya Uchunguzi)
Mazoezi ya leo ni **kutambua tamaa** .
Siku nzima, pumzika mara moja au mbili na ujiulize:
"Nataka nini sasa hivi?"
Usihukumu tamaa.
Usiirekebishe. Iangalie tu.

Kisha omba kimya kimya:
"Bwana, tengeneza kile ninachokipenda."

Maombi

Baba,

Unajua matamanio yangu kuliko mimi. Ninayaleta kwako bila kujifanya au kujificha. Unda moyo wangu kutoka ndani hadi nje. Acha utii uwe kitu ninachokitamani, si kitu ninachofanya tu. Ninakuamini kwa upendo wangu.

Amina.

Tamko

Sema hivi kwa sauti kubwa:

Mungu anabadilisha matamanio yangu.

Utii unakuwa furaha yangu. Ninatembea kwa Roho, si kwa msukumo. Moyo wangu unafanywa upya kila siku.

Ninachopenda ni kupatana na ukweli.

Kujitolea kwa Utiifu

Leo, ninajitolea kwa **ufahamu wa kweli wa tamaa** .

Sitaogopa matamanio yangu au kujifanya hayapo.

Ninamwamini Mungu kuyapanga upya baada ya muda.

Mwelekeo wa Kufunga

Usipime leo kwa hisia.

Pima kwa **umakini** .

Tamaa hubadilika kimya kimya.

Kesho, tutachunguza **kwa nini utii hukomaa kupitia uvumilivu, si uharaka** .

SIKU YA TISA

Kazi ya Utulivu ya Uvumilivu

Kwa Nini Utiifu Hukomaa Baada ya Muda

MAANDIKO MUHIMU YA KUZINGATIA

- **Yakobo 1:2-4** — *Acheni uvumilivu ukamilishe kazi yake ili mpate kuwa wakamilifu na wakamilifu.*
- **Wagalatia 6:9** — *Tusichoke katika kutenda mema...*
- **Zaburi 40:1** - *Nilimngoja Bwana kwa saburi; Alinigeukia na kusikia kilio changu.*

Usomaji wa Maandiko (Soma Polepole)
"Acheni uvumilivu ukamilishe kazi yake
, mpate kuwa wakamilifu na wakamilifu, bila kupungukiwa na kitu."
- Yakobo 1:4
Kumbuka kwamba ukomavu ni kitu **kinachoruhusiwa** , si cha kulazimishwa.

Tafakari ya Ibada
Utii mara nyingi hushindwa si kwa sababu unakataliwa—bali kwa sababu unaharakishwa.
Tunataka uwazi haraka. Badilisha haraka. Azimio haraka. Na maendeleo yanapoonekana polepole, tunadhani kuna kitu kibaya. Lakini Maandiko yanafunua mara kwa mara kwamba Mungu hufanya kazi **kwa makusudi** , si kwa haraka. Yeye huunda ukomavu baada ya muda, si kwa kuongeza kasi.
Kabla ya **CS Lewis** kuwa sauti ya Kikristo inayoaminika, malezi yake mengi yalifanyika kimya kimya, bila hatua muhimu zinazoonekana. Utii wake ulijitokeza kupitia

uvumilivu—kwa kuruhusu ukweli kufanya kazi yake badala ya kudai matokeo ya haraka.

Hii ni ngumu kwa wasomaji wa kisasa.

Tunaishi katika utamaduni wa haraka. Tunatarajia mabadiliko yawe yanayopimika, ya haraka, na yanayothibitisha kihisia. Lakini malezi ya kiroho hupinga ufanisi. Mungu hana haraka ya kutoa matokeo; Amejitolea kutoa *ukamilifu* .

Uvumilivu hulinda utii.

Tunapoharakisha utii, mara nyingi tunabadilisha shughuli badala ya mpangilio. Tunafanya zaidi badala ya kutoa zaidi. Tunafuatilia kasi badala ya ukomavu. Baada ya muda, hii husababisha uchovu badala ya matunda.

Maandiko yanaalika mkao tofauti: uvumilivu unaoruhusu kazi ya Mungu kukamilika.

Hii haimaanishi kutofanya kitu.

Inamaanisha *uwepo mwaminifu* .

Uvumilivu katika utiifu hutufundisha kubaki sawa hata wakati matokeo hayaonekani. Unatufundisha kuamini wakati wa Mungu badala ya kudanganya matokeo. Unaimarisha mizizi ili matunda ya baadaye yaweze kudumishwa.

Siku ya 9 inakualika uachilie shinikizo la "kuendelea mbele." Ukuaji unatokea hata wakati unahisi hauonekani. Utii hukua si kwa nguvu, bali kwa uthabiti.

Kusubiri si kupoteza wakati Mungu anafanya kazi.

Uchunguzi wa Moyo

Kaa kimya na maswali haya.

1. **Unahisi wapi shinikizo la kusonga mbele kwa kasi zaidi kuliko ulivyo?**
2. **Unaitikiaje wakati utiifu unapojirudia au polepole?**
3. **Uvumilivu unaweza kuwa unalinda nini katika malezi yako ya kiroho hivi sasa?**

Mazoezi ya Leo (Ya Polepole na Yanayokusudiwa)

Mazoea ya leo ni **uaminifu usio na haraka** .

Chagua **tendo moja la kawaida la utii ambalo** tayari unalifanya—sala, wema, kujizuia, na uaminifu.
Fanya leo **bila kujaribu kuiboresha** .
Fanya tu kwa uaminifu.
Kisha omba:
"Bwana, naamini wakati wako."

Maombi
Baba,
nifundishe kuthamini uaminifu kuliko kasi. Nifungue kutoka kwenye shinikizo la kuharakisha kazi Yako. Nisaidie kubaki imara wakati ukuaji unapopungua na subira wakati matokeo hayaonekani. Ninakuamini Wewe kukamilisha kile ulichoanza. Amina.

Tamko
Sema hivi kwa sauti kubwa:
Siharakishi kazi ya Mungu maishani mwangu.
Utii hukomaa kupitia uvumilivu. Ninabaki mwaminifu katika mambo ya kawaida. Mungu hukamilisha kazi yake kwa wakati wake. Ninakua imara, nina mizizi, na niko kamili.

Kujitolea kwa Utiifu
Leo, ninajitolea kwa **upatanifu wa subira** .
Sitapima maendeleo kwa kasi au kuhukumu ukuaji kwa mwonekano. Ninamwamini Mungu kumaliza kazi Yake ndani yangu.

Mwelekeo wa Kufunga
Acha leo iwe polepole.
Ukomavu hukua kimya kimya.
Kesho, tutachunguza **jinsi utiifu unavyobadilisha jinsi tunavyoitikia majaribu—si kwa kuepuka, bali kwa kujijenga** .

.

SIKU YA KUMI

Wakati Jaribio Linapofunua Uundaji

Kwa Nini Utiifu Hubadilisha Jinsi Tunavyoitikia, Sio Tu Kile Tunachokipinga

MAANDIKO MUHIMU YA KUZINGATIA

- **1 Wakorintho 10:13** — *Mungu ni mwaminifu; hatawaacha mjaribiwe kupita mwezavyo.*
- **Yakobo 1:13-15** — *Kila mtu hujaribiwa anapovutwa na tamaa yake mwenyewe...*
- **Wagalatia 5:24-25** — *Wale walio wa Kristo Yesu wameusulubisha mwili...*

Usomaji wa Maandiko (Soma Polepole)
"Kila mtu hujaribiwa anapovutwa na kushawishiwa na tamaa yake mwenyewe."
- Yakobo 1:14
Angalia mahali ambapo jaribu linaanzia.
Sio nje—bali ndani.

Tafakari ya Ibada
Majaribu mara nyingi hueleweka vibaya.
Tunaichukulia kama tishio la nje—kitu cha kuepuka, kukandamiza, au kutoroka. Maandiko yanatoa ukweli wa kina zaidi: majaribu yanafunua kile ambacho bado kinaundwa ndani yetu. Yanafichua tamaa, tabia, na hisia ambazo utii unabadilika polepole.

Kabla ya **CS Lewis** kujifunza kuzungumza waziwazi kuhusu mabadiliko ya Kikristo, alijifunza hili kibinafsi. Majaribu hayakutoweka baada ya imani; yalibadilisha tabia kadri utii ulivyozidi kuongezeka. Kile ambacho hapo awali kilihisi kuwa kinazidi nguvu kilipoteza mamlaka yake polepole—sio kupitia kuepuka pekee, bali kupitia hamu iliyopangwa upya.

Hii ni muhimu.

Ushindi dhidi ya majaribu si hasa kuhusu nguvu ya utashi imara zaidi. Ni kuhusu utashi uliobadilishwa. Kadri utii unavyokomaa, majaribu hayakutani na hofu, bali kwa uwazi. Mvuto hudhoofika kwa sababu moyo unaelekezwa.

Kishawishi hakimaanishi kushindwa.

Inamaanisha kwamba malezi bado yanaendelea.

Maandiko hayatuaibishi kwa kujaribiwa. Yanatualika kuchunguza kile kinachofichuliwa na jaribu. Pale ambapo hamu inabaki bila kutengenezwa, jaribu huhisi kuwa la haraka. Pale ambapo hamu inabadilishwa, jaribu huhisi kuwa wazi.

Siku ya 10 inakualika uache kuchukulia majaribu kama dharura na uanze kuyaona kama taarifa.

Kile unachojaribiwa nacho huonyesha kile ambacho bado kinashindana kwa utii. Na ufahamu huo si hukumu—ni mwongozo. Mungu hutumia hata jaribu kutuonyesha mahali ambapo utii bado unaota mizizi.

Urekebishaji huu wa fremu hubadilisha kila kitu.

Badala ya kuogopa majaribu, tunajifunza kutokana nayo. Badala ya kuificha, tunaichunguza. Badala ya kupigana bila kujua, tunajipanga kimakusudi.

Utiifu hautufanyi kuwa na kinga.

Unatufanya tuwe makini.

Uchunguzi wa Moyo

Kaa kimya na maswali haya.

1. **Ni mifumo gani ya majaribu inayojirudia mara nyingi katika maisha yako?**
2. **Vishawishi hivyo vinafunua tamaa gani?**

3. **Je, mwitikio wako kwa majaribu umebadilikaje—ikiwa umebadilika kabisa—tangu uanze safari hii?**

Mazoezi ya Leo (Ya Kutafakari na Kuweka Msingi)
Mazoezi ya leo **yanachunguzwa majibu** .
Unapoona kishawishi leo—kidogo au kikubwa—simama na uulize:
"Hii inafunua nini kuhusu kile ambacho bado ninakitamani?"
Kisha omba kimya kimya:
"Bwana, endelea kuufanya upya moyo wangu."
Usijionee aibu.
Usikimbilie mbali. Jifunze tu.

Maombi
Baba,
Asante kwamba jaribu halinizuii. Nifundishe kuliona kama kioo, si uamuzi. Nifunulie kile ambacho bado kinashindana kwa ajili ya utii wangu, na uendelee kubadilisha matamanio yangu kupitia utii. Ninaamini uaminifu wako katika kila jaribu. Amina.

Tamko
Sema hivi kwa sauti kubwa:
Majaribu hayanipi nafasi.
Mungu anaumba moyo wangu kupitia utii. Ninatembea kwa Roho, si kwa msukumo. Tamaa zangu zinabadilishwa na ukweli. Ninakua katika uwazi na uhuru kila siku.

Kujitolea kwa Utiifu
Leo, najitolea kwa **utii wa makini** .
Sitaogopa majaribu wala kujificha kutokana na yale yanayofichuliwa. Ninamruhusu Mungu kutumia kila wakati kuendelea kuunda moyo wangu.

Mwelekeo wa Kufunga
Hauko nyuma.
Unaumbwa.
Kesho, tutachunguza **jinsi utiifu unavyoimarika kupitia jamii badala ya kutengwa.**

SIKU YA KUMI NA MOJA

Utiifu Hukua katika Jamii

Kwa Nini Malezi Hayakusudiwa Kuwa ya Kibinafsi

MAANDIKO MUHIMU YA KUZINGATIA

- **Waebrania 10:24–25** — *Tufikirie jinsi ya kuchocheana katika upendo na matendo mema.*
- **Mhubiri 4:9-12** — *Wawili ni bora kuliko mmoja… kamba ya nyuzi tatu haikatiki haraka.*
- **Mithali 27:17** - *Kama vile chuma hunoavyo chuma, ndivyo mtu mmoja anavyonoa mwingine.*

Usomaji wa Maandiko (Soma Polepole)

"Tuangalie jinsi ya kuchocheana katika upendo na matendo mema."
- Waebrania 10:24
Angalia neno **fikiria** .
Jumuiya inahitaji nia.

Tafakari ya Ibada

Mojawapo ya hadithi za uongo za imani ya kisasa ni wazo kwamba utii unaweza kudumishwa pekee.
Tunathamini faragha. Kujitegemea. Kiroho cha kibinafsi. Ingawa hizi zinaweza kuwa zawadi, huwa dhima kwa urahisi zinapotutenga na marekebisho, kutiwa moyo, na utambuzi wa pamoja. Maandiko hayaonyeshi kamwe utii kama juhudi ya pekee. Malezi, kwa muundo, ni ya pamoja.
Kabla ya **Waziri Lewis** kujulikana kwa maandishi yake ya hadharani, utii wake uliimarishwa katika urafiki. Mazungumzo, kutokubaliana, uwajibikaji, na ufuatiliaji wa pamoja wa ukweli uliunda imani yake. Lewis hakufikia

ukomavu peke yake; aliumbwa miongoni mwa wengine waliopinga, kuhoji, na kutembea naye.

Jumuiya hufichua maeneo yasiyoeleweka.

Tukiwa peke yetu, tunahalalisha kuchelewa. Tunarekebisha utii wa sehemu. Tunachanganya uaminifu na upatanifu.

Jumuiya hukatiza mifumo hii—sio kupitia hukumu, bali kupitia uwepo. Wengine huona kile ambacho hatuwezi. Wanataja kile tunachoepuka. Wanatukumbusha ukweli wakati azimio letu linapodhoofika.

Hii haimaanishi kushiriki mara kwa mara au kulazimishwa kuwa dhaifu. Inamaanisha *mwelekeo wa pamoja* . Kutembea kuelekea katikati moja. Kuruhusu maisha yetu kujulikana vya kutosha ili yaumbwe.

Siku ya 11 inakualika kufikiria upya jinsi utii unavyofanya kazi katika maisha yako.

Pale ambapo imani inabaki peke yake, mara nyingi huwa dhaifu.

Pale ambapo utii unashirikiwa, huwa imara.

Jumuiya haichukui nafasi ya uwajibikaji binafsi.

Inaiimarisha.

Mungu huwatumia wengine ili kutusaidia kusimama imara, kurekebisha mwendo wetu, na kutukumbusha kwamba utii si mafanikio ya mtu binafsi tu—ni ushuhuda wa pamoja.

Uchunguzi wa Moyo

Kaa kimya na maswali haya.

1. **Ni wapi unapoelekea kutenganisha imani yako na ya wengine?**
2. **Kwa kawaida huitikiaje marekebisho au changamoto?**
3. **Nani anajua vya kutosha kuhusu maisha yako ili kukutia moyo utii kwa uaminifu?**

Mazoezi ya Leo (ya Kimahusiano na ya Kusudi)

Mazoezi ya leo ni **uhusiano wa makusudi** .

Mfikie **mtu mmoja unayemwamini** —rafiki, mshauri, au mwamini mwenzako.

Huna haja ya kuelezea kila kitu.
Sema tu kitu kama:
"Nina nia zaidi kuhusu mpangilio katika maisha yangu. Tafadhali niombeeni."
Utiifu uonekane , hata kwa muda mfupi.

Maombi
Baba,
hukuniumba nitembee peke yangu. Nifundishe kupokea nguvu kupitia jumuiya na unyenyekevu kupitia kutafuta ukweli pamoja. Nisaidie kukubali kutiwa moyo na marekebisho kama zawadi zinazolinda utiifu wangu. Ninachagua muunganisho badala ya kutengwa. Amina.

Tamko
Sema hivi kwa sauti kubwa:
Sijaumbwa peke yangu.
Mungu huimarisha utiifu wangu kupitia jumuiya.
Ninakaribisha kutiwa moyo na kurekebishwa. Imani yangu hukua imara kupitia kutafuta ukweli pamoja. Ninatembea kwa upatanifu na wengine.

Kujitolea kwa Utiifu
Leo, ninajitolea kwa **utii wa pamoja** .
Sitatenga kile ambacho Mungu anaunda. Ninachagua muunganisho kama ulinzi wa upatanifu.

Mwelekeo wa Kufunga
Hebu leo ukumbushe:
utii si mafanikio ya kibinafsi.
Kesho, tutachunguza **jinsi utiifu unavyobadilisha jinsi tunavyoshughulikia kushindwa na udhaifu** .

SIKU YA KUMI NA MBILI

Utiifu Unapokutana na Udhaifu

Jinsi Kushindwa Kunavyokuwa Mahali pa Uundaji

MAANDIKO MUHIMU YA KUZINGATIA

- **2 Wakorintho 12:9-10** — *Neema yangu inatosha kwako, maana uweza wangu hukamilishwa katika udhaifu.*
- **Zaburi 51:16-17** — *Moyo uliovunjika na kupondeka, Ee Mungu, hutaudharau.*
- **Mithali 24:16** - *Ingawa mwenye haki huanguka mara saba, huinuka tena.*

Usomaji wa Maandiko (Soma Polepole)
"Neema yangu inatosha kwa ajili yako,
maana uweza wangu hukamilishwa katika udhaifu."
— 2 Wakorintho 12:9
Tua.
Ona kwamba neema hukutana na udhaifu—sio nguvu.

Tafakari ya Ibada
Mojawapo ya kutoelewana hatari zaidi kuhusu utii ni imani kwamba kushindwa kunatufanya tusistahili.
Waumini wengi hudhani kwamba utii lazima usitishwe ili uwe wa kweli. Udhaifu unapojitokeza—wakati azimio linaposhindwa, wakati jaribu linaposhinda, wakati mpangilio unapoteleza—tunarudi nyuma kwa aibu. Tunatafsiri kushindwa kama ushahidi kwamba malezi yamekoma.
Maandiko yanasimulia hadithi tofauti.
Kabla ya kuwa sauti ya Kikristo inayoaminika, **CS Lewis** alijifunza kwamba udhaifu haukumaliza utii—ulifunua mahali

ambapo neema ilikuwa bado ikimuumba. Ukristo, kama Lewis alivyouelewa, hautegemei uthabiti wetu bali uaminifu wa Mungu. Utii hautegemei nguvu pekee; unategemezwa kwa *kurudi* .

Kushindwa hufichua kile ambacho hakijapona.

Inatuonyesha mahali ambapo kujitegemea bado kunafanya kazi, ambapo unyenyekevu bado unahitajika, ambapo neema bado haijapokelewa kikamilifu. Mungu hatumii kushindwa kutuhukumu. Anakutumia kukaribisha utegemezi zaidi.

Hii ndiyo sababu Maandiko yanasema kwa uaminifu kuhusu kuanguka.

Wenye haki huanguka—si mara moja, bali mara kwa mara.

Kinachowatofautisha si ukamilifu, bali ni mwitikio.

Wanainuka tena kwa sababu neema hurejesha kile ambacho kiburi kingeacha.

Siku ya 12 inakualika ubadilishe udhaifu.

Udhaifu si uthibitisho kwamba utii hauwezekani.

Ni uthibitisho kwamba utii lazima uendelezwe kwa neema.

Tunapoficha kushindwa, utii unakuwa utendaji.

Tunapoleta kushindwa kwenye mwanga, utii unakuwa wa kweli.

Lewis alielewa kwamba Ukristo hauzalishi watu wasio na dosari. Huzalisha wale wanaotubu. Watu ambao hawatetei udhaifu wao, bali huusalimisha. Watu ambao hawajifanyi kuwa na nguvu, lakini hujifunza kutegemea neema.

Hivi ndivyo utii unavyozidi kuwa mkubwa.

Si kwa kuepuka udhaifu,

bali kwa kukabiliana nao kwa unyenyekevu.

Uchunguzi wa Moyo

Kaa kimya na maswali haya.

1. **Kwa kawaida huitikiaje unapokosea?**
   Kwa aibu, kujikana, azimio—au kurudi?
2. **Ni udhaifu gani maishani mwako unaokufanya uhisi kukata tamaa zaidi hivi sasa?**
3. **Mungu anawezaje kuwa anakualika utegemee zaidi neema badala ya juhudi?**

Mazoezi ya Leo (Yanayorejesha na Yanayoaminika)
Mazoezi ya leo ni **kurudi** .
Tambua **hitilafu moja au eneo moja la udhaifu la hivi karibuni** —dogo au muhimu.
Mlete kwa Mungu waziwazi.
Hakuna maelezo. Hakuna utetezi.
Omba tu:
"Bwana, narudi kwako hapa."
Kisha pumzika.

Maombi
Baba,
ninakuletea udhaifu wangu bila kujificha. Ninaondoa hitaji la kuonekana mwenye nguvu na kupokea neema yako ya kutosha. Nifundishe kurudi haraka na kuamini kwamba unaniumba hata pale ninapohisi dhaifu zaidi. Ninakutegemea Wewe. Amina.

Tamko
Sema hivi kwa sauti kubwa:
Neema ya Mungu inanikabili katika udhaifu.
Kushindwa hakunizuii kutii. Ninamrudia Mungu haraka na kwa uaminifu. Maisha yangu yanaumbwa kupitia neema, si ukamilifu. Ninafufuka tena kwa nguvu za Mungu.

Kujitolea kwa Utiifu
Leo, ninajitolea kwa **utii uliojaa neema** .
Sitaficha udhaifu wangu au kuacha msimamo nitakapoanguka.
Ninachagua unyenyekevu, kurudi, na kuamini.
Mwelekeo wa Kufunga
Hujamaliza.
Unaumbwa.
Kesho, tutachunguza **jinsi utiifu unavyobadilisha utambulisho wetu—sio kama waliofanikiwa, bali kama wana na binti** .

SIKU YA KUMI NA TATU

Kutoka Mafanikio hadi Utambulisho

Kwa Nini Utii Hutokana na Wewe Ulivyo

MAANDIKO MUHIMU YA KUZINGATIA

- **Warumi 8:15-16** — *Mlipokea Roho ya kufanywa wana…*
- **Yohana 1:12–13** — *Wote waliompokea… Aliwapa haki ya kufanyika watoto wa Mungu.*
- **Wagalatia 4:6-7** — *Kwa kuwa ninyi mmekuwa wana, Mungu alimtuma Roho wa Mwanawe mioyoni mwetu…*

Usomaji wa Maandiko (Soma Polepole)
"Hamkupokea roho inayowafanya tena watumwa wa hofu,
bali mlipokea roho ya uana."
— Warumi 8:15
Angalia utii ambao *haujatokana* na: hofu.

Tafakari ya Ibada
Mojawapo ya upotoshaji unaochosha zaidi wa utii ni pale unapoongozwa na mafanikio badala ya utambulisho.
Utiifu unapochochewa na mafanikio, tunajitahidi kupata kibali. Tunatii ili kuthibitisha ukweli, kuthibitisha imani, au kutuliza kutokuwa na uhakika. Aina hii ya utii ni dhaifu. Inategemea utendaji na huanguka chini ya kushindwa.
Maandiko yanatoa msingi tofauti.
Utii hutokana na asili yake kutokana na **kuwa sehemu ya wengine** .
Kabla ya **CS Lewis** kuelezea mafundisho ya Kikristo waziwazi, ilibidi aondoe dhana iliyojikita zaidi: kwamba imani

ilikuwa kitu cha kupatikana kupitia usahihi au juhudi.
Aligundua kuwa Ukristo hauajiri watu waliofanikiwa—unawachukua watoto.
Hii inabadilisha kila kitu.
Watoto hawatii ili wawe familia.
Wanatii kwa sababu tayari ni wa familia.
Utambulisho unapotangulia utii, mkao hubadilika. Hatutii tena ili kupata kibali cha Mungu; tunatii kwa sababu tunaishi ndani yake. Hofu hulegeza mshiko wake. Utendaji hupoteza nguvu zake. Utii unakuwa mwitikio badala ya sharti.
Hii haimaanishi utii kuwa wa hiari.
Inafanya utii uwe wa uhusiano.
Siku ya 13 inakualika kuchunguza kile ambacho kimekuwa kikikusukuma kutii.
Ikiwa utii umehisi kuwa mzito, huenda ni kwa sababu umeendeshwa na juhudi binafsi badala ya uana. Ikiwa kushindwa kumeleta aibu badala ya kurudi, utambulisho bado unaweza kuwa umejikita katika utendaji.
Mungu hachochei utii kwa vitisho.
Anauumba kupitia upendo.
Utambulisho unapotulia, utii unakuwa huru zaidi. Hatujaribu tena kupata nafasi—tunajifunza jinsi ya kuishi kutokana na hiyo.

Uchunguzi wa Moyo

Kaa kimya na maswali haya.

1. **Ni nini mara nyingi kimekuchochea utiifu—hofu, wajibu, shukrani, au kukubalika?**
2. **Unaitikiaje ndani yako unapokosea—je, unatilia shaka thamani yako au unarudi ukiwa mtoto?**
3. **Ni nini kingebadilika ikiwa utii ungetoka katika utambulisho badala ya utendaji?**

Mazoezi ya Leo (Kuunda Utambulisho)

Mazoezi ya leo ni **kupokea** .
Tafuta muda wa utulivu na useme hivi kwa sauti polepole:
"Mimi ni wa Mungu."

Rudia mara tatu.
Acha ikae ndani zaidi kila wakati.
Usiongeze maelezo.
Ipokee tu.

Maombi

Baba,

Asante kwa kuwa hukuniita ili kupata upendo wako. Asante kwa kuwa mimi ni wako. Ponya mahali ambapo nimetii kwa sababu ya hofu au utendaji. Nifundishe utii unaotokana na utambulisho—ulio salama, unaopendwa, na huru. Ninapokea nafasi yangu kama mtoto wako. Amina.

Tamko

Sema hivi kwa sauti kubwa:

Mimi ni mtoto wa Mungu.

Utii hutokana na kukubalika, si hofu. Sijitahidi kupata kibali—ninaishi kutokana nacho. Utambulisho wangu uko salama katika Kristo. Ninatii kama mtu anayependwa.

Kujitolea kwa Utiifu

Leo, ninajitolea kwa **utii unaotokana na utambulisho** . Ninaachilia imani inayoendeshwa na utendaji na kupokea nafasi yangu kama mtoto wa Mungu. Ninachagua kuishi na kutii kutokana na kuwa sehemu ya wengine.

Mwelekeo wa Kufunga

Leo tuwe wapole.
Utambulisho hutulia polepole,
lakini mara tu utakapotulia, unadumisha utii kwa undani.
Kesho, tutachunguza **jinsi utiifu unavyobadilisha uelewa wetu wa uhuru—sio kama uhuru, bali kama mpangilio** .

SIKU YA KUMI NA NNE

Uhuru Kupitia Uwiano

Kwa Nini Utii Haukuzuii

MAANDIKO MUHIMU YA KUZINGATIA

- **Yohana 8:31–36** — *Ukweli utakuweka huru.*
- **Warumi 6:16-18** — *Mmekombolewa kutoka dhambini na mmekuwa watumwa wa haki.*
- **Zaburi 119:45** - *Nitatembea kwa uhuru, kwa maana nimejifunza maagizo yako.*

Usomaji wa Maandiko (Soma Polepole)
" Mwana akiwaweka huru, mtakuwa huru kweli kweli."
- Yohana 8:36
Sitisha.
Angalia **ni nani** anayefafanua uhuru.

Tafakari ya Ibada
Utamaduni wa kisasa mara nyingi hufafanua uhuru kama **kujiongoza** .
Tunaambiwa kwamba kuwa huru ni kutowajibika kwa mtu yeyote, kufuata matamanio yetu bila kuingiliwa, kubaki bila kufungwa na mamlaka. Lakini Maandiko yanatoa maono tofauti kabisa. Uhuru haupatikani katika uhuru—unapatikana katika **mpangilio** .
Kabla ya **CS Lewis** kukubali Ukristo kikamilifu, moja ya hofu zake kubwa ilikuwa kwamba utii ungemzuia. Alidhani kujisalimisha kungepunguza maisha yake, kupunguza furaha yake, na kuzuia utambulisho wake. Badala yake, alichogundua kilikuwa kinyume chake: kujitawala hakukumweka huru—kumemgawanya vipande vipande.
Kutolingana vizuri daima husababisha msongo wa mawazo.

Maisha yasiyo na kitovu chake cha kweli lazima yafanye kazi kwa bidii zaidi ili kujiendeleza. Tamaa huvuta pande zinazoshindana. Chaguo huunda migogoro. Uhuru huahidi uhuru lakini hutoa kutotulia.

Yesu anafichua udanganyifu huu moja kwa moja.

Anafundisha kwamba uhuru hautokani na kuondoa mamlaka, bali unatokana na kujisalimisha kwa mamlaka sahihi. Ukweli hautuzuii—unatuweka huru kutokana na kile kinachotufanya watumwa.

Siku ya 14 inakualika uchunguze maana ya uhuru katika maisha yako.

Pale ambapo utii umehisi vikwazo, huenda ikawa ni kwa sababu upatanifu bado haujaaminika. Pale ambapo uhuru umehisi kuwa huru, huenda ikawa ni kwa sababu gharama yake bado haijahesabiwa.

Uhuru si kutokuwepo kwa mipaka.

Ni uwepo wa kusudi.

Utiifu unapotuunganisha na mpango wa Mungu, upinzani hufifia. Chaguzi huwa wazi zaidi. Tamaa huimarika. Amani huibuka—sio kwa sababu juhudi zimekoma, bali kwa sababu maisha hatimaye yamepangwa kulingana na kile kilicho kweli.

Huu ndio uhuru unaoahidiwa na Maandiko.

Sio uhuru wa kufanya chochote,

bali uhuru wa kuwa vile ulivyoumbwa kuwa.

Uchunguzi wa Moyo

Kaa kimya na maswali haya.

1. **Kwa kawaida umefafanuaje uhuru katika maisha yako?**
2. **Uhuru umeleta wapi hali ya kutotulia badala ya amani?**
3. **Ni nini kinachoweza kuambatana na ukweli wa Mungu kuwezesha kwamba kujiongoza mwenyewe hakuwezi?**

Mazoezi ya Leo (Kubadilisha Uhuru)

Mazoezi ya leo ni **ufafanuzi mpya** .

Chagua **eneo moja** ambapo utiifu umehisi una vikwazo.
Omba hivi polepole:
"Bwana, nionyeshe jinsi mpangilio hapa unavyoongoza kwenye uhuru."
Usibishane na upinzani.
Omba tu uone.

Maombi

Baba,
nakiri kwamba mara nyingi nimelinganisha uhuru na udhibiti. Nifundishe kutambua uhuru kama upatanifu na ukweli. Niachilie kutoka kwa mkazo wa kujitawala na uniongoze katika amani ya utii. Ninaamini muundo wako kwa ajili ya maisha yangu. Amina.

Tamko

Sema hivi kwa sauti kubwa:
Uhuru unapatikana katika kupatana na Mungu.
Utii haunizuii—unirejesha. Ninatembea katika kweli, si kwa uhuru. Maisha yangu yamepangwa kulingana na kile kilicho halisi. Mimi ni huru kweli.

Kujitolea kwa Utiifu

Leo, nimejitolea **kuamini ufafanuzi wa Mungu wa uhuru** . Ninaachilia udanganyifu kwamba uhuru huleta uzima na kuchagua upatanifu kama njia ya amani.

Mwelekeo wa Kufunga

Acha siku hii ibadilishe mawazo.
Uhuru haupotei katika utii.
Unagunduliwa hapo.
Kesho, tutachunguza **jinsi utiifu unavyounda upya uhusiano wetu na wakati, uvumilivu, na kusubiri** .

SIKU YA KUMI NA TANO

Kujifunza Kasi ya Mungu

Kwa Nini Utiifu Hubadilisha Jinsi Tunavyosubiri

MAANDIKO MUHIMU YA KUZINGATIA

- **Mhubiri 3:1** - *Kuna wakati wa kila kitu...*
- **Isaya 40:31** — *Wale wanaomngojea Bwana watapata nguvu mpya.*
- **Zaburi 27:14** - *Mngojee Bwana, uwe hodari, na moyo wako upate ujasiri.*

Usomaji wa Maandiko (Soma Polepole)
"Wale wamngojeao Bwana watapata nguvu mpya."
- Isaya 40:31
Sitisha.
Ona kwamba kusubiri si jambo la kusubiri—ni jambo la kimahusiano.

Tafakari ya Ibada
Mojawapo ya marekebisho magumu zaidi ambayo utii unahitaji ni mabadiliko ya **mwendo** .
Tumezoea uharaka. Tunalinganisha uaminifu na kasi na kudhani kwamba utii unapaswa kutoa matokeo yanayoonekana haraka. Wakati maendeleo yanapoonekana kuwa polepole, tunakosa utulivu. Wakati majibu yanapochelewa, tunahoji mpangilio.
Maandiko yanatoa mdundo tofauti.
Kabla ya **Waziri Lewis** kuzaa matunda ya kudumu kupitia uandishi na ushuhuda wake, utii wake mwingi ulijitokeza polepole—kupitia kusubiri, uvumilivu, na maandalizi

yasiyoonekana. Uundaji wake haukufuata uharaka; ulifuata *wakati* .
Kusubiri katika Maandiko si kutofanya kazi.
Ni **uaminifu makini** .
Kumngojea Bwana si kusimamisha maisha—ni kubaki sawa huku Mungu akifanya kazi zaidi ya mwonekano wetu. Kusubiri kunatufundisha kuachilia udhibiti wa matokeo na kuamini makusudi ya Mungu hata wakati uwazi unafunuliwa polepole.
Hii inatupa changamoto kubwa.
Tunataka utii uharakishe maendeleo.
Mungu hutumia utii **kutuimarisha** .
Siku ya 15 inakualika kufikiria upya kutokuwa na subira—sio kama sifa ya utu, bali kama mkao wa kiroho. Pale ambapo kutokuwa na subira kunatawala, uaminifu mara nyingi hupunguzwa. Pale ambapo subira inakua, utii hukomaa.
Kusubiri hufichua kile tunachotegemea zaidi.
Tukitegemea matokeo, kusubiri hutukatisha tamaa.
Tukimtegemea Mungu, kusubiri hutuimarisha.
Utii hubadilisha wakati kwa kutufundisha kubaki waaminifu bila kudai haraka. Huunda uvumilivu—ujasiri mtulivu kwamba kazi ya Mungu haihitaji shinikizo letu ili iwe na ufanisi.
Hapa ndipo nguvu hurejeshwa.
Sio kupitia kasi,
bali kupitia mpangilio thabiti.

Uchunguzi wa Moyo

Kaa kimya na maswali haya.

1. **Ni wapi unapohisi kutokuwa na subira zaidi katika maisha yako ya kiroho hivi sasa?**
2. **Kwa kawaida unaitikiaje wakati wa Mungu unapotofautiana na matarajio yako?**
3. **Mungu anaweza kuwa anaunda nini ndani yako kupitia kusubiri ambacho kasi haiwezi kutoa?**

Mazoezi ya Leo (Upangaji wa Mgonjwa)
Mazoea ya leo ni **uaminifu usio na haraka** .
Chagua **eneo moja** ambapo unahisi kushawishika kuharakisha maendeleo.
Omba hivi polepole:
"Bwana, naamini wakati wako hapa."
Usirudie tena suala hili leo.
Acha lipumzike.

Maombi
Baba,
nifundishe kusubiri bila kujiondoa na kuamini bila kujizuia. Nipe nguvu mpya ninapoendelea kuwa sawa na Wewe. Niachilie kutoka kwa dharura inayonifanya niwe na imani na ujenge uvumilivu unaozidisha utii. Ninapumzika katika wakati wako. Amina.

Tamko
Sema hivi kwa sauti kubwa:
Ninaamini wakati wa Mungu katika maisha yangu.
Kusubiri hakudhoofishi utii wangu—kunauimarisha.
Ninabaki nikiwa sawa bila matokeo ya haraka. Mungu anafanya kazi zaidi ya ninavyoweza kuona. Nguvu zangu hurejeshwa ninapomngojea Bwana.

Kujitolea kwa Utiifu
Leo, ninajitolea **kutii kwa subira** .
Ninaachilia hitaji la kuharakisha kazi ya Mungu na kuchagua mpangilio thabiti badala ya uharaka.

Mwelekeo wa Kufunga
Acha leo ikupunguzie muda.
Kusubiri si kuchelewa.
Ni malezi.

Kesho, tutachunguza **jinsi utiifu unavyobadilisha jinsi tunavyoshughulikia mamlaka, ushawishi, na uwajibikaji**

.

SIKU YA KUMI NA SITA

Nguvu Iliyopangwa Upya na Utii

Kwa Nini Ushawishi Huundwa Kabla Haujakabidhiwa

MAANDIKO MUHIMU YA KUZINGATIA

- **Luka 22:25–27** — *Aliye mkubwa kwenu na awe kama mdogo...*
- **Mathayo 20:26-28** — *Yeyote anayetaka kuwa mkuu kati yenu lazima awe mtumishi wenu.*
- **1 Petro 5:2-3** — *Msiwatawale kwa mabavu wale waliokabidhiwa kwenu, bali muwe vielelezo...*

Usomaji wa Maandiko (Soma Polepole)
"Mimi niko kati yenu kama mtu anayehudumu."
— Luka 22:27
Angalia jinsi Yesu anavyofafanua mamlaka.

Tafakari ya Ibada
Mambo machache hujaribu utiifu kama vile **ushawishi** . Nguvu huongeza kile kilichopo tayari moyoni. Ikiwa utii haujabadilisha nia zetu, ushawishi utazifichua. Maandiko yanaonyesha mara kwa mara kwamba Mungu hatuulizi kwanza *tunachoweza* kufanya—Anatuumba sisi ni *nani* kabla ya kutukabidhi jukumu.
Kabla ya **Waziri Lewis** kuwa na ushawishi wa umma, utiifu wake ulikuwa tayari umepangwa upya kulingana na

unyenyekevu. Kutambuliwa kulipokuja, hakukumtambulisha kwa sababu utiifu ulikuwa tayari umemtia nguvu. Mamlaka yake yalitokana na huduma, si kujiona kuwa mtu muhimu. Hii ni kinyume cha utamaduni.

Mara nyingi tunafuata ushawishi kama uthibitisho. Tunachukua jukumu huthibitisha ukomavu. Lakini Maandiko hubadilisha mpangilio: ukomavu hutangulia uwajibikaji. Utii hubadilisha uelewa wetu wa nguvu kwa kutufundisha kuishikilia kwa urahisi na kuisimamia kwa uaminifu.

Nguvu bila utii inakuwa udhibiti.

Nguvu inayoundwa na utii inakuwa utunzaji.

Siku ya 16 inakualika kuchunguza jinsi unavyohusiana na ushawishi—iwe mkubwa au mdogo. Uongozi katika Maandiko si kuhusu cheo; ni kuhusu mkao. Mamlaka si kuhusu kutambuliwa; ni kuhusu kuwa mwaminifu.

Utiifu hutufunza kuongoza bila kushika, kutumikia bila kutenda, na kubeba jukumu bila haki. Huondoa hitaji la kuonekana na badala yake huleta hamu ya kuwa mwaminifu. Hivi ndivyo Mungu anavyotulinda sisi na wale tunaowahudumia.

Uchunguzi wa Moyo

Kaa kimya na maswali haya.

1. **Kwa kawaida huitikiaje wajibu au ushawishi?**
2. **Ni nia gani hujitokeza unapopewa mamlaka—udhibiti, hofu, huduma, au unyenyekevu?**
3. **Mungu anaweza kuwa anaunda tabia yako wapi kabla ya kupanua ushawishi wako?**

Mazoezi ya Leo (Upangaji wa Utumishi)

Huduma ya leo ni **ya utulivu** .

Chagua **jukumu moja** unalobeba—kazini, nyumbani, kanisani, au katika jamii.

Itimize leo **bila kudai udhibiti au kutafuta kutambuliwa** .

Hudumia kwa makini.

Acha hitaji la kuzingatiwa.

Maombi

Baba,
nifundishe kubeba majukumu kwa unyenyekevu. Unda moyo wangu kabla ya kupanua ushawishi wangu. Nilinde kutokana na kutumia nguvu kudhibiti na kuniumba ili nitumikie kwa uaminifu. Ninakuamini unikabidhi kile nilicho tayari kukisimamia.
Amina.

Tamko

Sema hivi kwa sauti kubwa:
Mungu huunda tabia yangu kabla ya ushawishi wangu. Ninaongoza kupitia huduma, si udhibiti. Utiifu hubadilisha jinsi ninavyobeba majukumu. Ninasimamia mamlaka kwa unyenyekevu na uangalifu. Ninahudumu kama Kristo alivyohudumu.

Kujitolea kwa Utiifu

Leo, ninajitolea kwa **usimamizi wa utiifu** .
Ninaachilia hitaji la kutambuliwa na kuchagua uaminifu katika uwajibikaji.

Mwelekeo wa Kufunga

Acha leo ikusaidie.
Ushawishi unakua salama zaidi
wakati utii unapoongoza.
Kesho, tutachunguza **jinsi utiifu unavyounda upya uhusiano wetu na ukweli—sio kama taarifa, bali kama malezi** .

SIKU YA KUMI NA SABA

Ukweli Unapohitaji Utiifu

Kwa Nini Kujua Si Sawa na Kuumbwa

MAANDIKO MUHIMU YA KUZINGATIA

- **Yohana 17:17** — *Uwatakase kwa ile kweli; neno lako ndiyo kweli.*
- **Yakobo 1:22-25** — *Msisikilize tu neno, na hivyo mkijidanganya wenyewe.*
- **2 Timotheo 3:16–17** — *Maandiko yote yameandikwa kwa pumzi ya Mungu na yanafaa...*

Usomaji wa Maandiko (Soma Polepole)
"Msisikilize tu neno, na hivyo mkijidanganya wenyewe, bali fanyeni lile linalosema."
— Yakobo 1:22
Sitisha.
Ona kwamba kujidanganya hakutokani na ujinga—bali kunatokana na umbali kati ya kujua na kutenda.

Tafakari ya Ibada
Mojawapo ya vikwazo vigumu zaidi vya utii ni **kuifahamu kweli** .
Tunaishi katika enzi iliyojaa taarifa. Mahubiri yanapatikana kwa urahisi. Maandiko yanaweza kutafutwa. Ufahamu ni mwingi. Lakini Maandiko yanaonya kwamba kujua ukweli bila utii kunaweza kutudanganya na kutufanya tufikiri kwamba uundaji wa mawazo unafanyika wakati haufanyiki.
Ukweli, katika Maandiko, hauegemei upande wowote. Hutuumba—au hutufichua.

Kabla ya **CS Lewis** kujulikana kwa kuelezea Ukristo waziwazi, alipambana na jaribu hatari: kuchukulia ukweli kama kitu cha kuchanganua badala ya kitu cha kutii. Ukali wake wa kiakili ungeweza kuwa kimbilio la kujisalimisha. Badala yake, ukweli ulikabiliwa naye.

Hii ndiyo sababu Ukristo wa kawaida unabaki kuwa mgumu. Hairuhusu wasomaji kubaki waangalizi. Inasisitiza kwamba ukweli hutoa madai kulingana na utashi, si akili tu. Lewis alielewa kwamba Ukristo hautuombi tukubaliane — unatuomba *tukubaliane* .

Mara nyingi tunadhani kwamba ukweli utatubadilisha kiotomatiki mara tu tutakapouelewa. Maandiko hayakubaliani. Mabadiliko yanahitaji mwitikio. Ukweli lazima ukaribishwe, utendwe, na uingiwe ili kufanya kazi yake.

Siku ya 17 inakualika kuchunguza jinsi ukweli unavyofanya kazi katika maisha yako.

Pale ambapo ukweli unapendwa lakini hautendi, malezi hukwama.

Pale ambapo ukweli unatii, hata kama haujakamilika, malezi huzidi kuwa makubwa.

Utii si nyongeza ya ukweli.

Ni lengo la ukweli.

Mungu hafichui ukweli ili kutuvutia, bali anaufunua ili kutufanya tuwe wapya.

Uchunguzi wa Moyo

Kaa kimya na maswali haya.

1. **Ukweli umejulikana wapi lakini si wa kimaumbile katika maisha yako?**
2. **Ni kweli zipi unazoelewa wazi lakini unajitahidi kuzitii kila mara?**
3. **Utiifu unawezaje kuimarisha uhusiano wako na ukweli badala ya kuuwekea mipaka?**

Utendaji wa Leo (Ukweli katika Vitendo)

Mazoezi ya leo ni **ukweli ulio wazi** .

Tambua **ukweli mmoja** ambao tayari unaujua vizuri—kuhusu msamaha, unyenyekevu, uvumilivu, uaminifu, au upendo.
Fanya mazoezi **mara moja leo kwa njia dhahiri** .
Acha ukweli uhamie kutoka dhana hadi vitendo.

Maombi
Baba,
niokoe kutokana na kujua ukweli bila kuishi nao. Acha Neno Lako libadilishe chaguo zangu, si mawazo yangu tu. Nifundishe kukubali ukweli kama nguvu inayounda, si wazo la kuvutiwa tu. Ninajisalimisha kwa kile unachofunua. Amina.

Tamko
Sema hivi kwa sauti kubwa:
Ukweli wa Mungu huunda maisha yangu.
Sisikii tu—ninatii. Ukweli hubadilisha matendo na matamanio yangu. Ninawasilisha mapenzi yangu kwa yale yanayofunuliwa. Ninatakaswa na ukweli.

Kujitolea kwa Utiifu
Leo, ninajitolea kwa **utii unaotokana na ukweli** .
Sitatenganisha uelewa na vitendo. Ninachagua kuishi ninachojua.

Mwelekeo wa Kufunga
Ukweli haujakamilika hadi utakapoishi.
Kesho, tutachunguza **jinsi utiifu unavyounda upya uhusiano wetu na mateso—si kama adhabu, bali kama ushiriki** .

SIKU YA KUMI NA NANE

Wakati Utii Unapokutana na Mateso

Kwa Nini Maumivu Yanaweza Kuwa Mahali pa Kushiriki

MAANDIKO MUHIMU YA KUZINGATIA

- **1 Petro 4:12–13** — *Furahini mnaposhiriki mateso ya Kristo…*
- **Warumi 8:17–18** — *Tunashiriki mateso yake ili nasi tuweze kushiriki katika utukufu wake.*
- **2 Wakorintho 4:16-17** — *Dhiki hizi nyepesi na za muda mfupi zinatupatia utukufu wa milele…*

Usomaji wa Maandiko (Soma Polepole)
"Msishangae kuhusu jaribu kali linalowapata ili kuwajaribu."
— 1 Petro 4:12
Angalia neno **ushiriki** , si adhabu.

Tafakari ya Ibada
Mambo machache yanayovuruga utii kama vile mateso. Maumivu yanapoingia katika maisha yetu, kwa kawaida tunajiuliza *kwa nini* . Tunatafuta maelezo, sababu, au makosa. Tunadhani mateso lazima yanamaanisha kuwa kuna kitu kimeenda vibaya—iwe kwetu au kwa Mungu. Maandiko yanatoa ukweli unaotia fikira zaidi na wenye matumaini: mateso si mara zote ni njia ya kutoka katika utii; wakati mwingine ni **eneo ambalo** utii lazima upitie.
Kabla ya **Waziri Lewis** kuzungumza waziwazi kuhusu mateso ya Kikristo, aliyaishi. Hakufanya maumivu kuwa ya kimapenzi au kupunguza gharama yake. Lewis alikiri mateso

kama mojawapo ya changamoto kubwa zaidi za imani—na bado, alikuja kuyaona kama mahali ambapo utii unakuwa halisi sana.

Mateso yanaonyesha utii unategemea nini.

Ikiwa utii ni wa kimauzo, mateso huhisi si ya haki.

Ikiwa utii ni wa kimahusiano, mateso huwa mahali pa kuaminiana.

Maandiko hayaahidi msamaha kutokana na maumivu. Yanaahidi uwepo ndani yake. Kushiriki mateso ya Kristo si kutafuta maumivu, bali ni kubaki katika upatanifu na Mungu hata wakati utii unaongoza kwa hasara, kutoelewana, au uvumilivu.

Hii inabadilisha mateso kabisa.

Mateso si ushahidi wa kuachwa.

Mara nyingi ni ushahidi wa ukaribu.

Siku ya 18 inakualika ufikirie jinsi unavyoitikia wakati utii unapokuwa ghali. Je, unajiondoa? Je, unajadiliana? Au unabaki pale, ukiamini kwamba Mungu yuko kazini hata pale ambapo hakuna uwazi?

Mateso huondoa utii kutoka kwa udanganyifu. Huondoa utendaji na kufichua nia. Kinachobaki ni chuki—au kujisalimisha.

Kristo alichagua utii hata mateso, si kwa sababu maumivu yalikuwa mazuri, bali kwa sababu upendo ulikuwa mkubwa zaidi. Na katika kumfuata, tunaalikwa katika mkao huo huo—si kama waathiriwa, bali kama washiriki.

Uchunguzi wa Moyo

Kaa kimya na maswali haya.

1. **Kwa kawaida unatafsiri vipi mateso katika maisha yako ya kiroho?**
2. **Maumivu yamejaribu uaminifu au utii wako wapi hivi karibuni?**
3. **Inaweza kumaanisha nini kubaki katika upatanifu na Mungu hata bila majibu?**

Mazoezi ya Leo (Uwepo katika Maumivu)
Mazoezi ya leo yanaendelea **kuwepo** .
Tambua **eneo moja la usumbufu, huzuni, au ugumu** ambalo kwa kawaida ungeepuka au kupita haraka.
Usilitatue leo.
Usilifanye kuwa la kiroho.
Omba tu:
"Bwana, mimi niko hapa pamoja nawe."
Endelea kuwapo kwa muda mfupi wa utulivu.

Maombi
Baba,
sielewi mateso yangu yote, lakini naamini kwamba Wewe upo ndani yake. Nifundishe utii usiorudi nyuma maumivu yanapotokea. Nisaidie kubaki sawa na Wewe hata wakati uwazi unachelewa. Ninashiriki udhaifu wangu nawe. Amina.

Tamko
Sema hivi kwa sauti kubwa:
Mateso hayanitenganishi na Mungu.
Ninabaki sawa hata katika shida. Utii hudumu hata katika maumivu. Ninashiriki katika maisha ya Kristo na kuamini kazi Yake. Mungu yupo nami hapa.

Kujitolea kwa Utiifu
Leo, ninajitolea kwa **utii unaobaki** .
Sitaacha upatanifu wakati mateso yanapojaribu uelewa wangu.
Ninaamini uwepo wa Mungu katika kila msimu.

Mwelekeo wa Kufunga
Usikimbilie kupita leo.
Mateso huunda kina
ambacho faraja haiwezi.

Kesho, tutachunguza **jinsi utiifu unavyobadilisha uelewa wetu wa tumaini—sio kama matumaini, bali kama uvumilivu** .

SIKU YA KUMI NA TISA

Tumaini Linalodumu

Kwa Nini Tumaini la Kikristo Ni Lenye Nguvu Kuliko Matumaini Mazuri?

MAANDIKO MUHIMU YA KUZINGATIA

- **Warumi 5:3–5** — *Mateso huzaa uvumilivu; uvumilivu, tabia; na tabia, tumaini.*
- **Waebrania 6:19** - *Tuna tumaini hili kama nanga ya roho, imara na imara.*
- **Maombolezo 3:31–33** — *Ingawa analeta huzuni, ataonyesha huruma…*

Usomaji wa Maandiko (Soma Polepole)
"Tuna tumaini hili kama nanga ya roho,
imara na salama."
- Waebrania 6:19
Angalia kile ambacho tumaini hufanya.
Linatia nanga—halielei.

Tafakari ya Ibada
Matumaini mara nyingi hueleweka vibaya.
Tunachanganya matumaini na mtazamo chanya, na kutarajia mambo kuboreka, na kuamini kwamba hali zitatatuliwa vyema. Maandiko hutoa maono thabiti zaidi. Tumaini la Kikristo halifungamani na matokeo—limejikita katika **uaminifu wa Mungu** , bila kujali matokeo.
Tofauti hii ni muhimu sana.
Matumaini huongezeka na kushuka kulingana na hali.
Tumaini hubaki pale ambapo hali hazibadiliki.

Kabla ya **Waziri Lewis** kuandika kuhusu matumaini kwa uwazi, alijifunza gharama yake. Lewis hakukataa mateso au kupunguza huzuni. Alikataa uhakikisho mdogo. Badala yake, alichoamini kilikuwa tumaini lisilotokana na faraja, bali ukweli—tumaini ambalo lingeweza kuvumilia kukata tamaa bila kuanguka.

Tumaini, katika Maandiko Matakatifu, limetengenezwa.

Huundwa kupitia uvumilivu.

Huimarishwa kupitia uvumilivu. Hukomaa kupitia kusubiri.

Siku ya 19 inakualika kuchunguza tumaini lako limekuwa likitegemea nini.

Ikiwa tumaini linategemea unafuu, litatetemeka.

Ikiwa tumaini linategemea tabia ya Mungu, litadumu.

Hii haimaanishi kwamba maumivu ya kujifanya hayapo.

Tumaini la Kibiblia hutazama mateso usoni na hukataa kuyaruhusu yaeleze uhalisia. Hutia nanga rohoni katika kitu cha ndani zaidi kuliko uzoefu—kitu kisichobadilika.

Utii na tumaini hukua pamoja.

Utiifu unapotufunza kubaki sawa bila malipo ya haraka, tumaini hujifunza kupumzika bila suluhisho la haraka. Kwa pamoja, huunda uvumilivu—nguvu tulivu ya kuendelea kwa uaminifu hata wakati uwazi unapochelewa.

Hili si tumaini tulivu.

Ni uaminifu thabiti.

Uchunguzi wa Moyo

Kaa kimya na maswali haya.

1. **Tumaini lako limeunganishwa na nini zaidi—matokeo au tabia ya Mungu?**
2. **Unaitikiaje ndani wakati mambo hayaboreki kama inavyotarajiwa?**
3. **Inaweza kumaanisha nini kutia nanga tumaini lako mahali penye kina kirefu zaidi kuliko hali?**

Mazoezi ya Leo (Kuweka Matumaini Yanayodumu)
Mazoezi ya leo yana **msingi wa ukumbusho** .
Andika au ukumbuke kimya kimya **ukweli mmoja kuhusu Mungu** ambao haubadiliki bila kujali hali yako (uaminifu wake, uwepo wake, rehema zake, ukuu wake).
Rudia polepole siku nzima.
Acha tumaini lipumzike hapo.

Maombi
Baba,
nifundishe tumaini linalodumu, si tumaini linalotegemea unafuu. Tia nanga roho yangu katika tabia yako wakati hali hazijatatuliwa. Nisaidie kukuamini kwa uthabiti,
hata wakati matokeo hayajaeleweka. Wewe ndiye msingi wangu salama. Amina.

Tamko
Sema hivi kwa sauti kubwa:
Tumaini langu limejikita katika Mungu.
Hali hazielezi imani yangu. Ninavumilia kwa ujasiri katika ukweli. Uaminifu wa Mungu unabaki bila kuyumba. Nafsi yangu iko imara na salama.

Kujitolea kwa Utiifu
Leo, ninajitolea kwa **tumaini lililoimarishwa** .
Sitapima uaminifu wa Mungu kwa matokeo ya papo hapo.
Ninaiamini tabia yake na kubaki sawa.

Mwelekeo wa Kufunga
Matumaini huiva kimya kimya.
Haikurupuki azimio—
huimarisha roho.
Kesho, tutachunguza **jinsi utiifu unavyobadilisha uelewa wetu wa upendo—sio kama hisia, bali kama kujitolea kwa nidhamu** .

SIKU YA ISHIRINI

Upendo Unaojifunza Kudumu

Kwa Nini Utii Huuzoeza Moyo Kupenda Vizuri

MAANDIKO MUHIMU YA KUZINGATIA

- **Yohana 14:15** — *Mkinipenda, mtazishika amri zangu.*
- **1 Wakorintho 13:4-7** — *Upendo huvumilia, upendo hufadhili…*
- **1 Yohana 5:3** — *Huu ndio upendo kwa Mungu: kuzishika amri zake.*

Usomaji wa Maandiko (Soma Polepole)
"Hili ndilo kumpenda Mungu: kuzishika amri zake; na amri zake si nzito."
— 1 Yohana 5:3
Simama.
Angalia jinsi Maandiko yanavyofafanua upendo.

Tafakari ya Ibada
Utamaduni wa kisasa huchukulia upendo kama hisia—kitu kinachohisiwa, kufuatwa, na kuondolewa kinapofifia. Maandiko huchukulia upendo kama **kujitolea** —kitu kinachofanywa, kinachodumishwa, na kuthibitishwa kupitia uaminifu. Tofauti hii ni muhimu sana. Upendo unapopunguzwa hadi hisia, huwa hauna msimamo. Upendo unapoundwa kupitia utii, unakuwa imara.
Kabla ya **CS Lewis** kuandika kuhusu upendo wa Kikristo kwa uwazi, alijifunza kwamba upendo lazima ufunzwe. Mapenzi hubadilika-badilika. Tamaa hubadilika. Hisia

hupanda na kushuka. Utiifu hufundisha upendo kubaki wakati kuhisi upweke hakuwezi kuubeba.
Hii ndiyo sababu Maandiko yanaunganisha upendo kwa karibu sana na utii.
Upendo hauonyeshwi tu—hutekelezwa.
Huvumilia unapokasirika. Hufadhili unaposumbuliwa.
Huaminika unapoonekana.
Siku ya 20 inakualika kuchunguza jinsi unavyoelewa mapenzi.
Ikiwa upendo unategemea hisia, utii huhisiwa kuwa wa hiari.
Ikiwa upendo ni kujitolea, utii unakuwa wa kawaida.
Upendo wa Kikristo si baridi au wa kimazingira. Ni joto lenye nidhamu—linaloundwa kupitia chaguzi zinazorudiwa-rudiwa za kubaki katika upatanifu na Mungu na kuwa mwaminifu kwa wengine, hata wakati unahisi umechelewa.
Aina hii ya mapenzi hukua polepole.
Utiifu hutufundisha kutenda kwa upendo kabla ya kuhisi upendo. Baada ya muda, hisia hufuata malezi. Moyo hujifunza kupenda kile ambacho mapenzi huchagua kila mara.
Hivi ndivyo mapenzi yanavyokomaa.
Si kwa nguvu,
bali kwa uvumilivu.

Uchunguzi wa Moyo
Kaa kimya na maswali haya.

1. **Kwa kawaida umefafanuaje upendo—hisia au kujitolea?**
2. **Utii umejaribu wapi uelewa wako wa upendo?**
3. **Ni uhusiano au wajibu gani unahitaji upendo wenye nidhamu hivi sasa?**

Mazoezi ya Leo (Mapenzi Yaliyojitolea)
Mazoezi ya leo ni **uaminifu wa makusudi** .
Chagua **uhusiano mmoja au jukumu** ambapo mapenzi yanahisi kama ya kawaida, yenye mkazo, au yasiyoonekana.
Onyesha upendo leo kupitia **vitendo** , si hisia:

- Neno la fadhili
- Jibu la mgonjwa

- Ufuatiliaji mwaminifu

Usisubiri kuhisi upendo.
Chagua kuwa na upendo.

Maombi

Baba,
Nifundishe upendo unaodumu, si upendo unaotegemea hisia. Unda moyo wangu kupitia uaminifu mtiifu ili upendo uwe thabiti na wa kweli. Nisaidie kubaki nimejitolea hisia zinapobadilika. Ninachagua upendo unaoundwa na utiifu. Amina.

Tamko

Sema hivi kwa sauti kubwa:
Upendo huundwa kupitia utii.
Ninapenda kwa kujitolea, si kwa msukumo. Amri za Mungu hufunza moyo wangu kupenda vizuri. Ninabaki mwaminifu hata wakati hisia zinapofifia. Upendo wangu unaimarika zaidi kupitia mpangilio.

Kujitolea kwa Utiifu

Leo, ninajitolea kwa **upendo wenye nidhamu** .
Ninachagua uaminifu badala ya kubadilika-badilika na utii badala ya hisia.

Mwelekeo wa Kufunga

Umefikia kikwazo katika safari.
Kuanzia hapa na kuendelea, utii huhama
kutoka malezi hadi **utume** .
Kesho, tutachunguza **jinsi utiifu unavyobadilisha hisia zetu za kusudi—sio kama kujiridhisha, bali kama wito mwaminifu** .

SIKU YA ISHIRINI NA MOJA

Kusudi Linaloundwa na Utii

Kwa Nini Wito Hugunduliwa Kupitia Uaminifu

MAANDIKO MUHIMU YA KUZINGATIA

- **Waefeso 2:10** -- *Waliumbwa katika Kristo Yesu kwa ajili ya matendo mema...*
- **Luka 16:10–12** — *Mwaminifu katika madogo, mwaminifu katika mengi.*
- **1 Wakorintho 7:17** — *Kila mtu na aishi kama Bwana alivyompa...*

Usomaji wa Maandiko (Soma Polepole)
"Sisi ni kazi ya Mungu,
tuliumbwa katika Kristo Yesu, tutende matendo mema, ambayo Mungu aliyaandaa tokea awali ili tuyatende."
— Waefeso 2:10
Sitisha.
Ona kwamba kusudi **limeandaliwa** , si la kubuniwa.

Tafakari ya Ibada
Kusudi mara nyingi huchukuliwa kama kitu cha kugundua ghafla—kupitia uwazi, shauku, au fursa.
Maandiko yanatoa ukweli mtulivu zaidi: kusudi hufunuliwa **kupitia uaminifu** . Wito kwa kawaida hauji kama tangazo la kusisimua. Hujitokeza wakati utii unapofanywa mara kwa mara katika sehemu za kawaida.
Kabla ya **Waziri Lewis** kuelewa jinsi kazi yake ingekuwa na mafanikio, utii wake ulilenga kile kilichokuwa mbele yake—

kufundisha, kuandika kwa uaminifu, kusema ukweli kwa uangalifu. Kusudi lilifuata uaminifu. Haukutangulia.
Hii ni muhimu .
Tunapofuata kusudi bila utii, mara nyingi tunafuata mwonekano. Tunatafuta majukumu badala ya utayari, majukwaa badala ya mkao. Maandiko yanatuelekeza: Mungu huwakabidhi wajibu mkubwa wale walio waaminifu pale walipo.
Kusudi halipatikani kwa kuuliza, *"Ninapaswa kufanya nini?"* Linaundwa kwa kuuliza, *"Ninawezaje kuwa mwaminifu hapa?"*
Siku ya 21 inakualika uachilie shinikizo.
Huhitaji uwazi kamili ili kuwa mtiifu.
Unahitaji utayari pale unaposimama.
Wito si njia ya kutoka kwenye utii; ni utii unaoendelea kwa muda. Uaminifu katika mambo madogo hufundisha moyo kubeba makubwa zaidi bila kupotosha.
Makusudi ya Mungu si dhaifu.
Hayakuhitaji uharakishe kabla ya malezi.
Hujitokeza kiasili ambapo utiifu hubaki thabiti.

Uchunguzi wa Moyo
Kaa kimya na maswali haya.

1. **Ni wapi umejaribiwa kufuata kusudi badala ya kutenda uaminifu?**
2. **Ni majukumu gani ambayo tayari yako mbele yako hivi sasa?**
3. **Utii hapa unawezaje kuwa unaunda wito wa siku zijazo?**

Mazoezi ya Leo (Uwepo Mwaminifu)
Mazoezi ya leo ni **uaminifu makini** .
Tambua **jukumu au fursa moja** ambayo tayari umepewa—kazi, familia, huduma, masomo, au utunzaji.
Ipe **umakini wako wote leo** .
Usiharakishe kuipitia.
Usiipunguze.
Ichukulie kama kusudi katika uundaji.

Maombi

Baba,
nifundishe kuamini kwamba Wewe hufunua kusudi kupitia utii. Nifungue kutoka kwa wasiwasi kuhusu wakati ujao na unitie nanga katika uaminifu leo. Nisaidie kutumikia vizuri pale nilipo na kukuamini Wewe kwa kile kinachofuata. Ninakupa Wewe mpangilio wangu wa sasa. Amina.

Tamko

Sema hivi kwa sauti kubwa:
Kusudi la Mungu hufunuliwa kupitia utiifu wangu.
Mimi ni mwaminifu pale nilipo. Matendo madogo ya utiifu huunda wito wa kudumu. Ninamwamini Mungu na mustakabali wangu na ninaweka sawa leo. Maisha yangu yanaundwa kwa ajili ya matendo mema.

Kujitolea kwa Utiifu

Leo, ninajitolea kwa **uwepo mwaminifu** .
Ninaachilia hitaji la uwazi wa mapema na kuchagua utii katika kile ambacho tayari nimekabidhiwa.

Mwelekeo wa Kufunga

Kusudi hukua kimya kimya.
Uaminifu huandaa njia.
Kesho, tutachunguza **jinsi utiifu unavyounda upya tamaa—si kwa kuiondoa, bali kwa kuisafisha** .

SIKU YA ISHIRINI NA MBILI

Tamaa Iliyopangwa Upya

Wakati Utii Unatakasa Kinachokusukuma

MAANDIKO MUHIMU YA KUZINGATIA

- **Mathayo 6:33** — *Tafuta kwanza ufalme wa Mungu…*
- **Yakobo 3:13-17** — *Hekima itokayo juu ni safi, ni ya amani, na ya upole…*
- **Wafilipi 2:3-5** — *Msifanye chochote kwa tamaa ya ubinafsi…*

Usomaji wa Maandiko (Soma Polepole)
"Msifanye neno lolote kwa ubinafsi au kwa majivuno.
Bali kwa unyenyekevu, mkihesabu wengine kuwa bora kuliko nafsi zenu."
— Wafilipi 2:3
Tua.
Ona kwamba Maandiko hayafuti tamaa—yanaifanya iwe **ya kustahili** .

Tafakari ya Ibada
Tamaa si adui wa utii.
Tamaa isiyochunguzwa ni.
Waumini wengi hudhani kwamba kumfuata Kristo kunahitaji kuacha tamaa, ari, au matamanio. Maandiko hutoa njia yenye utambuzi zaidi. Mungu haondoi tamaa—Anaipanga **upya** .
Kabla ya **CS Lewis** kujifunza kusimamia ushawishi kwa uaminifu, tamaa ilibidi itakaswe. Tamaa ya kuwa sahihi, kusikilizwa, kutambuliwa—misukumo hii haikufutwa na

imani. Ilisafishwa. Utii ulielekeza kile ambacho tamaa ilikuwa *kwa ajili ya* .

Tamaa hujibu swali: *Ninaelekea wapi?*

Wakati tamaa inajikita katika ubinafsi, utii huhisi kama una vikwazo.

Wakati tamaa inajikita katika Mungu, utii unakuwa wazi.

Maandiko yanatofautisha kati ya tamaa ya ubinafsi na tamaa takatifu. Mmoja anatafuta kutambuliwa; mwingine anatafuta uaminifu. Mmoja anatafuta kuonekana; mwingine anatafuta upatanifu. Mmoja hujiinua; mwingine huendeleza makusudi ya Mungu.

Siku ya 22 inakualika kuchunguza kinachokusukuma chini ya uso.

Tamaa isiyodhibitiwa inakuwa ulinganisho.

Tamaa iliyosafishwa inakuwa huduma.

Utii haupunguzi tamaa. Huipa hamu kitovu kipya.

Hutufundisha kutafuta Ufalme kwanza—sio kama wazo la kufikirika, bali kama kipaumbele kinachoishi ambacho hubadilisha malengo, chaguzi, na matarajio.

Matamanio yanapowekwa sawa, kujitahidi huacha njia ya uthabiti. Hatuchochewi tena na wasiwasi ili kujithibitisha. Tunasukumwa na uaminifu kutumikia kwa uaminifu.

Hii ni tamaa iliyoponywa.

Uchunguzi wa Moyo

Kaa kimya na maswali haya.

1. **Ni matamanio gani yanayokusukuma kufanya maamuzi yako kwa sasa?**
2. **Ni wapi ambapo hamu ya kutambuliwa au kufanikiwa inaweza kuwa inaunda utiifu wako?**
3. **Ingekuwaje kutafuta Ufalme wa Mungu kwanza katika matarajio yako?**

Mazoezi ya Leo (Nia Iliyotakaswa)

Mazoezi ya leo ni **mpangilio wa makusudi** .

Chagua **lengo moja au tamaa** unayoifuatilia kikamilifu.

Omba hivi kwa uaminifu:

"Bwana, panga upya nia hii kuelekea makusudi Yako."
Kisha chukua **hatua moja ndogo** leo inayoonyesha unyenyekevu, huduma, au uaminifu badala ya kuonekana.

Maombi

Baba,

Unajua tamaa zinazonisukuma. Safisha tamaa yangu na uipatanishe na Ufalme Wako. Ondoa kile kilicho na mizizi katika hofu au kiburi na uimarishe kile kinachotumikia makusudi Yako. Nifundishe kukutafuta Wewe kwanza katika yote ninayoyafuata. Amina.

Tamko

Sema hivi kwa sauti kubwa:

Tamaa yangu inaendana na Ufalme wa Mungu.
Utii hutakasa kinachonisukuma. Ninatafuta uaminifu badala ya kutambuliwa. Tamaa zangu zinapangwa upya na ukweli. Ninasonga mbele kwa kasi kuelekea makusudi ya Mungu.

Kujitolea kwa Utiifu

Leo, ninajitolea kwa **tamaa inayozingatia Ufalme** . Ninaachilia juhudi zinazozingatia ubinafsi na kuchagua utii unaolingana na matakwa yangu na mapenzi ya Mungu.

Mwelekeo wa Kufunga

Tamaa haipotei.
Imeelekezwa **upya** .
Kesho, tutachunguza **jinsi utiifu unavyounda upya mafanikio—sio kwa kufafanua upya mafanikio, bali kwa kupima matunda** .

SIKU YA ISHIRINI NA TATU

Mafanikio Yanapimwa na Matunda

Kwa Nini Utiifu Hufafanua Upya Maana ya Kufanikiwa

MAANDIKO MUHIMU YA KUZINGATIA

- **Yohana 15:4–8** — *Kaeni ndani yangu, nanyi mtazaa matunda mengi.*
- **Mathayo 7:16–20** — *Kwa matunda yao mtawatambua.*
- **Wagalatia 5:22–23** — *Tunda la Roho ni…*

Usomaji wa Maandiko (Soma Polepole)
"Kwa matunda yao mtawatambua."
— Mathayo 7:16
Tua.
Ona kwamba Maandiko hutathmini maisha kwa **matokeo** , si kwa taswira.

Tafakari ya Ibada
Mafanikio ni mojawapo ya dhana hatari zaidi katika imani ya kisasa.
Mara nyingi tunapima mafanikio kwa mwonekano, ukuaji, uthibitisho, au tija. Hata katika muktadha wa kiroho, tunaweza kuchanganya kasi na ukomavu na shughuli na mpangilio. Maandiko hutoa kipimo tofauti kabisa: **matunda** .
Matunda hayatengenezwi.
Yanazalishwa.
Kabla ya **Waziri Lewis** kuwa na ushawishi mkubwa, matunda ya utii wake yalikuwa tayari yanaonekana—uwazi wa mawazo, unyenyekevu katika kusadiki, uvumilivu katika mazungumzo,

uaminifu katika nidhamu. Kutambuliwa kwa umma kulikuja baadaye. Matunda yalikuja kwanza.
Agizo hili ni muhimu.
Matunda hayawezi kuharakishwa.
Hayawezi kutengenezwa kwa njia ya bandia. Hayawezi kuendelezwa bila mpangilio.
Utii hubadilisha mafanikio kwa kugeuza mwelekeo kutoka kwa matokeo tunayodhibiti hadi matunda ambayo Mungu hutoa. Hauulizi, *"Nimefanikisha nini?"* bali *"Ni nini kinachoundwa?"* Upendo, uvumilivu, kujidhibiti, uaminifu—hizi si vipimo vya kung'aa, lakini ni dhahiri.
Siku ya 23 inakualika kuchunguza jinsi unavyotathmini maisha yako.
Pale ambapo mafanikio hupimwa kwa matokeo pekee, shinikizo huongezeka.
Pale ambapo mafanikio hupimwa kwa matunda, amani hukua.
Yesu haombi matokeo ya kuvutia.
Anawaalika wadumuo.
Matunda hujitokeza kiasili ambapo utii hubaki na mizizi.
Baada ya muda, matunda huonekana—sio kila mara kwetu kwanza, lakini bila shaka kwa wengine. Hii ndiyo sababu Maandiko yanasema "tunatambuliwa" na matunda.
Yanafunua aina ya mti tunaokuwa.
Mafanikio, katika Ufalme wa Mungu, si kuhusu umbali uliofikia,
bali ni kuhusu kile kinachokua pale ulipo.

Uchunguzi wa Moyo

Kaa kimya na maswali haya.

1. **Kwa kawaida umepimaje mafanikio katika maisha yako?**
2. **Ni aina gani ya matunda yanayoonekana ndani yako kwa sasa—uvumilivu, upendo, amani, kujidhibiti?**
3. **Ni matunda gani ambayo Mungu anaweza kuwa anayakuza ambayo umeyapuuza kwa sababu yanaonekana kuwa ya kawaida?**

Mazoezi ya Leo (Uelewa wa Matunda)
Mazoezi ya leo ni **kutambua matunda** .
Siku nzima, zingatia nyakati ambapo:

- Unajibu kwa uvumilivu badala ya kukasirika
- Unachagua kujizuia badala ya msukumo
- Unatenda kwa wema bila kutambuliwa

Mwisho wa siku, mshukuru Mungu kwa **kipande kimoja kidogo cha tunda** uliloliona.

Maombi
Baba,
nifundishe kuthamini matunda kuliko kutambuliwa. Nisaidie kubaki na mizizi ndani yako ili kile kinachokua maishani mwangu kiakisi Roho Wako. Nifungue kutoka kwa vipimo vya uongo vya mafanikio na unitie nanga katika kile unachokiumba. Ninachagua kukaa. Amina.

Tamko
Sema hivi kwa sauti kubwa:
Ninapima mafanikio kwa matunda, si kwa mwonekano. Mungu huzaa ukuaji kupitia utii. Ninabaki na mizizi na msimamo. Kile ambacho Mungu anaumba ndani yangu ni muhimu. Maisha yangu huzaa matunda ya kudumu.

Kujitolea kwa Utiifu
Leo, ninajitolea kwa **utii unaozaa matunda** .
Ninaachilia vipimo vya uongo vya mafanikio na ninamwamini Mungu kuzalisha kile kinachodumu.

Mwelekeo wa Kufunga
Matunda hukua kimya kimya.
Kesho, tutachunguza **jinsi utiifu unavyobadilisha uelewa wetu wa urithi—sio kama kumbukumbu, bali kama kuzidisha** .

SIKU YA ISHIRINI NA NNE

Urithi Unaoongezeka

Kwa Nini Utiifu Hudumu Zaidi ya Kuonekana

MAANDIKO MUHIMU YA KUZINGATIA

- **2 Timotheo 2:2** — *Wakabidhi watu waaminifu ambao wataweza kuwafundisha wengine pia.*
- **Zaburi 145:4** - *Kizazi kimoja husifu kazi zako kwa kizazi kingine.*
- **Yohana 12:24** — *Chembe ya ngano isipoanguka ardhini na kufa… huzaa matunda mengi.*

Usomaji wa Maandiko (Soma Polepole)
"Chembe ya ngano isipoanguka katika nchi na kufa,
hukaa peke yake; bali ikifa, huzaa matunda mengi."
—Yohana 12:24
Sitisha.
Ona kwamba tunda linahitaji **kutolewa** , si kuhifadhiwa.

Tafakari ya Ibada
Urithi mara nyingi hueleweka vibaya kama kile kinachobaki *kutuhusu* baada ya kuondoka.
Maandiko yanafafanua urithi kama kile kinachoendelea *kupitia* wengine kwa sababu tulikuwa waaminifu. Urithi si kumbukumbu—ni kuzidisha. Sio muda tunaokumbukwa; ni jinsi utii unavyozaa maisha zaidi yetu kwa undani.
Kabla ya **Waziri Lewis** kufikiria uwezo wa kazi yake, alizingatia uaminifu badala ya athari. Aliandika, alifundisha, na kuzungumza kwa uwazi kwa sababu utii ulihitaji ukweli—sio

kwa sababu urithi ulikuwa umehakikishwa. Kuongezeka kulikuja baadaye, zaidi ya uwezo wake.
Huu ndio muundo wa Ufalme.
Mbegu hazitangazi mavuno yao ya baadaye.
Huanguka tu ardhini na kutii muundo wao.
Siku ya 24 inakualika uachilie shinikizo ili kupata urithi wako mwenyewe. Utii unaoshikilia kujulikana hauwezi kuongezeka.
Utii unaoachilia udhibiti huunda nafasi kwa Mungu kuzaa matunda zaidi ya maisha yetu.
Urithi hukua pale ambapo utii unaweza kuhamishwa—ambapo ukweli huishiwa, hushirikiwa, na kukabidhiwa kwa wengine ambao watauendeleza. Hii ndiyo sababu Maandiko yanasisitiza uaminifu kwa watu, si majukwaa.
Huna haja ya kujua ni nani atakayeathiriwa na utii wako.
Unahitaji kubaki mwaminifu pale ulipo.
Mungu hushughulikia kuzidisha.
Urithi haujengwi kwa kujilinda.
Unaundwa kwa kujisalimisha.

Uchunguzi wa Moyo

Kaa kimya na maswali haya.

1. **Umefikiriaje kuhusu urithi—sifa au uzazi?**
2. **Mungu anaweza kuwa anakuomba wapi uachilie udhibiti badala ya kuhifadhi ushawishi?**
3. **Ni nani anayeweza kuumbwa kimya kimya na utiifu wako hivi sasa?**

Mazoezi ya Leo (Kuamini kwa Uaminifu)

Mazoea ya leo ni **uwekezaji wa makusudi** .
Mtie moyo, umtegemee, au useme ukweli kwa **mtu mmoja** —bila ajenda au matarajio ya kurudi.
Fanya kwa urahisi.
Fanya kwa uaminifu. Acha Mungu ashughulikie matunda.

Maombi

Baba,
niachilie mbali na hitaji la kupata urithi wangu mwenyewe.

Nifundishe kukuamini kwa wingi.
Nisaidie kuwekeza kwa uaminifu kwa wengine na kujisalimisha kwa udhibiti wa matokeo. Acha utii wangu uzae matunda zaidi ya yale ninayoweza kuona. Amina.

Tamko

Sema hivi kwa sauti kubwa:
Utii wangu huongezeka zaidi ya uwezo wangu wa kuona.
Mungu huzaa matunda kupitia kujisalimisha kwa uaminifu.
Ninaachilia udhibiti na kumwamini Mungu kwa urithi.
Ninachowekeza kwa wengine hudumu. Maisha yangu huzaa matunda zaidi ya uwezo wangu.

Kujitolea kwa Utiifu

Leo, ninajitolea kwa **utii unaozingatia urithi** .
Nitawekeza kwa uaminifu na kumwamini Mungu kuzidisha kile ninachoachilia.

Mwelekeo wa Kufunga

Urithi unajitokeza kimya kimya.
Kesho, tutachunguza **jinsi utiifu unavyobadilisha uelewa wetu wa kifo na vifo—sio kama hasara, bali kama ukamilifu** .

SIKU YA ISHIRINI NA TANO

Utiifu Ukingoni mwa Maisha ya Kifo

Kwa Nini Kifo Hukamilisha Kile Utii Huanza?

MAANDIKO MUHIMU YA KUZINGATIA

- **Wafilipi 1:21–23** — *Kuishi ni Kristo, na kufa ni faida.*
- **Waebrania 11:13–16** — *Walikuwa wakitamani nchi iliyo bora zaidi…*
- **2 Timotheo 4:7–8** — *Nimepigana vita vizuri…*

Usomaji wa Maandiko (Soma Polepole)
"Nimepigana vita vizuri,
nimemaliza mbio, nimeilinda imani."
- 2 Timotheo 4:7
Tua.
Ona kwamba Paulo anazungumzia **kukamilisha** , si majuto.

Tafakari ya Ibada
Utamaduni wa kisasa huepuka kifo kwa kukikana. Tunajisumbua na tija, burudani, na ujenzi wa urithi, tukitumaini kutokabiliana na ukweli kwamba kila maisha yanaelekea mwisho. Maandiko hayaepuki kifo. Yanakibadilisha. Kifo si kukataa utii—ni **kilele chake** .
Kwa wale wanaotembea kwa upatanifu na Mungu, kifo si kukatizwa. Ni kuwasili.
Kabla ya **Waziri Lewis** kutafakari kwa undani kuhusu kifo, alipambana na athari zake. Kifo hutusumbua kwa sababu hufichua mahali ambapo tumaini letu liko. Ikiwa utii umejikita

katika matokeo, kifo huhisi kama hasara. Ikiwa utii umejikita katika uaminifu, kifo huhisi kama ukamilifu.
Maandiko yanazungumzia kumaliza vizuri.
Kutofanikisha kila kitu.
Kutoepuka maumivu yote. Lakini kubaki sawa hadi mwisho.
Siku ya 25 inakualika kuchunguza jinsi maisha ya muda yanavyounda utiifu wako.
Ikiwa kifo kinaogopwa, utii mara nyingi huwa na wasiwasi.
Ikiwa kifo kinakubaliwa, utii huwa makini.
Ufahamu wa vifo hufafanua vipaumbele. Huondoa tamaa ndogo na kufichua mambo muhimu kweli. Utii hauhusu mkusanyiko bali uaminifu zaidi. Hauhusu kuthibitisha umuhimu zaidi bali unahusu kuishi kulingana na makusudi ya Mungu.
Kifo hakipunguzi maisha ya uaminifu.
Kinaiweka muhuri.
Tumaini la Kikristo si kwamba tuepuke kifo, bali kwamba kifo hakiwezi kutengua kile ambacho utii umeunda. Kile ambacho Mungu anaanza ndani yetu, Yeye hukamilisha—hata zaidi ya pumzi yetu ya mwisho.

Uchunguzi wa Moyo

Kaa kimya na maswali haya.

1. **Ufahamu kuhusu vifo huathiri vipi vipaumbele vyako?**
2. **"Kumaliza vizuri" kungeonekanaje katika maisha yako?**
3. **Ni wapi utii unaweza kukusaidia kuishi kwa makusudi zaidi leo?**

Mazoezi ya Leo (Kuishi na Mwisho Ukiwa Katika Mtazamo)

Mazoezi ya leo ni **mpangilio wa kimakusudi** .
Chagua **shughuli au uamuzi mmoja** leo na uulize:
"Je, hili lingekuwa na maana kama ningekuwa karibu na mwisho wa maisha yangu?"
Acha swali hilo liboreshe chaguo lako.

Maombi
Baba,
nifundishe kuishi kwa kuzingatia umilele. Nisaidie kuweka kipaumbele uaminifu kuliko mkusanyiko na mpangilio badala ya wasiwasi. Ninaamini kwamba Wewe unakamilisha kile unachoanza na kwamba utii wangu ni muhimu zaidi ya maisha haya. Ninakupa Wewe siku zangu.
Amina.

Tamko
Sema hivi kwa sauti kubwa:
Maisha yangu yanaelekea umilele.
Utii huniandaa kumaliza vizuri. Kifo hakibatilishi kazi ya Mungu ndani yangu. Ninaishi kwa uaminifu nikitarajia mwisho. Tumaini langu liko salama katika Kristo.

Kujitolea kwa Utiifu
Leo, ninajitolea kwa **utii wa milele** .
Ninaachilia hofu ya kifo na kuchagua mpangilio unaodumu zaidi ya maisha yangu.

Mwelekeo wa Kufunga
Maisha ya kufa hufafanua utii.
Kesho, tutachunguza **jinsi utii unavyobadilisha uelewa wetu wa ufufuo—sio kama fundisho pekee, bali kama tumaini la kila siku** .

SIKU YA ISHIRINI NA SITA

Kuishi Ufufuo Sasa

Kwa Nini Utiifu Huchochewa na Yale Yatakayokuja Bado

MAANDIKO MUHIMU YA KUZINGATIA

- **Warumi 6:4–5** — *Kama vile Kristo alivyofufuka kutoka kwa wafu… sisi pia tunaweza kuishi maisha mapya.*
- **1 Wakorintho 15:19-22** — *Kama tu kwa ajili ya maisha haya tu tuna tumaini katika Kristo…*
- **Wakolosai 3:1-4** — *Zingatieni yaliyo juu mioyo yenu…*

Usomaji wa Maandiko (Soma Polepole)
"Kama vile Kristo alivyofufuka kutoka kwa wafu kwa utukufu wa Baba,
vivyo hivyo nasi tunaweza kuishi maisha mapya."
— Warumi 6:4
Angalia wakati.
Ufufuo huunda **jinsi tunavyoishi sasa** .

Tafakari ya Ibada
Ufufuo mara nyingi huchukuliwa kama tumaini la wakati ujao pekee—jambo tunalothibitisha kimafundisho huku tukiishi bila kubadilika.
Maandiko yanakataa kutengana huko.
Ufufuo wa Kristo si tukio la kukumbukwa tu. Ni **ukweli unaopaswa kudhihirishwa** . Unatangaza kwamba kifo hakina mamlaka ya mwisho, kwamba kushindwa hakuna usemi wa mwisho, na kwamba utii haupotezi—hata wakati inagharimu kila kitu.

Kabla ya **Waziri Lewis** kuzungumza kuhusu ufufuo kwa ujasiri, alijifunza kuruhusu tumaini la wakati ujao libadilishe chaguzi zilizopo. Ufufuo hubadilisha utii kwa sababu unatuhakikishia kwamba kile tunachosalimisha hakipotei, na kile tunachowekeza katika Kristo hakifutiki.
Hii hubadilisha hesabu ya utii.
Ikiwa ufufuo ni kweli, utii si bure kamwe.
Ikiwa ufufuo ni halisi, dhabihu si ya mwisho kamwe. Ikiwa ufufuo ni hakika, uaminifu unafaa kila wakati.
Siku ya 26 inakualika kuishi mbele.
Utii unaotegemea ufufuo si wa wasiwasi. Ni thabiti. Haushikilii sana faraja au udhibiti kwa sababu unaamini kwamba Mungu hurejesha kile kilichowekwa. Tumaini la ufufuo hulegeza mshiko wetu wa kujilinda na huimarisha azimio letu la kuishi kweli sasa.
Hii ndiyo sababu Maandiko yanatuhimiza "kuweka akili zetu juu ya mambo yaliyo juu." Sio kuepuka wakati uliopo—bali **kuutafsiri kwa usahihi** . Ufufuo unatufundisha kwamba leo si hadithi nzima. Kinachoonekana kupotea kinaweza kufufuliwa. Kinachoonekana kuwa kidogo kinaweza kutukuzwa.
Utii unakuwa wa ujasiri wakati ufufuo unapoutia nanga.

Uchunguzi wa Moyo
Kaa kimya na maswali haya.

1. **Imani katika ufufuo inaathirije maamuzi yako ya kila siku—ikiwa yanaathirije?**
2. **Ni hofu gani ingeweza kupunguzwa ikiwa ungeamini kwamba Mungu hurejesha kile kilichotolewa?**
3. **Mungu anakualika wapi kuishi na tumaini la wakati ujao linalounda utiifu wa sasa?**

Mazoezi ya Leo (Chaguo Linalozingatia Ufufuo)
Mazoezi ya leo ni **utii unaotazama mbele** .
Chagua **uamuzi mmoja** leo unaohisi kuwa wa gharama kubwa, usiofaa, au usioonekana.

Ifanye iwe hivyo hata hivyo—
si kwa sababu inahisi vizuri, bali kwa sababu ufufuo unahakikisha kuwa ni muhimu.

Maombi
Baba,
ambatisha utii wangu katika tumaini la ufufuo. Nifundishe kuishi leo katika mwanga wa kile unachoahidi kesho. Niachilie hofu yangu ya kupotea na uimarishe imani yangu kwamba Wewe hurejesha vitu vyote. Ninaishi kama mtu aliyefufuliwa pamoja na Kristo. Amina.

Tamko
Sema hivi kwa sauti kubwa:
Ninaishi katika nguvu ya ufufuo wa Kristo.
Utii haupotezi kamwe. Ninachokiacha, Mungu hurejesha.
Maisha yangu yameumbwa na tumaini la milele. Ninasonga mbele kwa ujasiri na imani.

Kujitolea kwa Utiifu
Leo, ninajitolea kwa **utii unaofanana na ufufuo** .
Ninaachilia hofu ya kupotea na kuishi kwa uaminifu katika mwanga wa kile ambacho Mungu atakamilisha.

Mwelekeo wa Kufunga
Ufufuo hubadilisha kila kitu.
Kesho, tutachunguza **jinsi utiifu unavyounda upya uhusiano wetu na hukumu—si kama hofu, bali kama uwajibikaji unaotokana na tumaini** .

SIKU YA ISHIRINI NA SABA

Hukumu Bila Hofu

Kwa Nini Utiifu Hukabiliana na Uwajibikaji kwa Ujasiri

MAANDIKO MUHIMU YA KUZINGATIA

- **2 Wakorintho 5:10** — *Sote lazima tuonekane mbele ya kiti cha hukumu cha Kristo.*
- **Warumi 14:10-12** — *Kila mmoja wetu atatoa hesabu ya nafsi yake kwa Mungu.*
- **1 Yohana 4:17-18** — *Upendo kamili hufukuza hofu…*

Usomaji wa Maandiko (Soma Polepole)
"Hivi ndivyo upendo ulivyokamilika ndani yetu, ili tuwe na ujasiri siku ya hukumu."
— 1 Yohana 4:17
Sitisha.
Angalia neno **kujiamini** , si hofu.

Tafakari ya Ibada
Hukumu ni mojawapo ya mada zisizoeleweka vyema katika imani ya Kikristo.
Waumini wengi huiogopa kimya kimya. Wengine huiepuka kabisa. Tunafikiria hukumu kama kufichuliwa bila huruma, tathmini bila neema, uhasibu bila uhusiano. Maandiko yanatoa picha tofauti: hukumu si adui wa utii—ni **kielelezo chake** .
Hukumu inaonyesha kile ambacho utii tayari umekuwa ukiunda.
Kabla ya **Waziri Lewis** kuzungumza kwa uaminifu kuhusu uwajibikaji, alipambana na wazo kwamba hukumu ya Mungu

ingekuwa ya kiholela au ya kuponda. Badala yake, alichogundua ni kwamba hukumu, ikieleweka ipasavyo, ni ufunuo wa ukweli. Inaonyesha kile ambacho kimeumbwa, kile ambacho kimedumu, na kile kilichoendana na ukweli.

Hukumu si kuhusu kulinganisha.

Ni kuhusu mawasiliano.

Inafunua kama maisha yetu yamelingana na ukweli tulioukiri.

Hii ndiyo sababu Maandiko yanaunganisha hukumu na upendo. Pale ambapo utii unatoka katika upendo, hofu hulegeza mshiko wake. Pale ambapo utii umekuwa wa dhati—hata usio kamili—hukumu inakuwa uthibitisho badala ya hukumu.

Hofu hustawi pale ambapo utii ni wa utendaji.

Kujiamini hukua pale ambapo utii ni wa kweli.

Siku ya 27 inakualika kuchunguza jinsi unavyohusiana na uwajibikaji.

Ikiwa hukumu inahisi ya kutisha, inaweza kuwa ni kwa sababu utii umechochewa na hofu au taswira. Ikiwa hukumu inahisi kuwa inaeleweka, ni kwa sababu utii umejikita katika mpangilio badala ya utendaji.

Mungu hahukumu kwa aibu.

Anahukumu kwa kufichua.

Hukumu hukamilisha malezi kwa kutaja yaliyo kweli.

Inathibitisha kile ambacho utii umeunda kimya kimya kwa muda. Kwa wale wanaotembea katika Kristo, hukumu si tishio—ni ushuhuda.

Uchunguzi wa Moyo

Kaa kimya na maswali haya.

1. **Ni hisia gani hujitokeza unapofikiria kuhusu uwajibikaji mbele za Mungu?**
2. **Hofu ya hukumu inaweza kuwa inafichua utii unaotokana na utendaji?**
3. **Utiifu unaotokana na upendo unawezaje kuunda upya ujasiri wako mbele za Mungu?**

Mazoezi ya Leo (Uwiano wa Uaminifu)

Mazoezi ya leo ni **mapitio ya kweli** .
Mwisho wa siku, jiulize kimya kimya:
"Maisha yangu yalipatana wapi na ukweli leo?"
Mshukuru Mungu kwa kile kilichokuwa halisi.
Achilia kile ambacho hakikuwa halisi.
Hakuna aibu.
Uaminifu tu.

Maombi
Baba,
Asante kwamba hukumu yako imejikita katika ukweli na upendo. Ondoa hofu pale ambapo sijaelewa uwajibikaji. Nifundishe utii usiojificha na uaminifu unaosimama katika nuru. Ninakuamini Wewe kukamilisha kile unachokiumba ndani yangu.
Amina.

Tamko
Sema hivi kwa sauti kubwa:
Ninakabiliwa na uwajibikaji nikiwa na imani katika Kristo. Utiifu hulinganisha maisha yangu na ukweli. Hukumu ya Mungu hufunua yaliyo halisi, si yale yanayoogopwa. Upendo hufukuza hofu katika utiifu wangu. Ninaishi kwa uaminifu mbele za Mungu.

Kujitolea kwa Utiifu
Leo, ninajitolea kwa **utii wa uwazi** .
Sitajificha kutoka kwa uwajibikaji au kufanya kwa ajili ya idhini. Ninachagua mpangilio unaotokana na upendo na ukweli.

Mwelekeo wa Kufunga
Hukumu hufafanua utii umeunda nini.
Kesho, tutachunguza **jinsi utii unavyobadilisha uelewa wetu wa thawabu—sio kama malipo, bali kama kushiriki katika furaha ya Mungu** .

SIKU YA ISHIRINI NA NANE

KUISHI KAMA BALOZI WA KRISTO KILA SIKU

MAANDIKO MUHIMU YA KUZINGATIA
" Zawadi Bila Muamala"
Kwa Nini Utii Huleta Furaha, Si Mshahara
Maandiko Muhimu ya Kuzingatia

- **Mathayo 25:21** — *Umefanya vizuri, mtumwa mwema na mwaminifu... ingia katika furaha ya bwana wako.*
- **Waebrania 11:6** — *Yeye huwapa thawabu wale wamtafutao kwa bidii.*
- **Zaburi 16:11** — *Mbele zako kuna furaha tele.*

Usomaji wa Maandiko (Soma Polepole)
"Vema, mtumwa mwema na mwaminifu ...
ingia katika furaha ya bwana wako."
— Mathayo 25:21
Sitisha.
Ona kwamba thawabu ni **furaha** , si fidia.

Tafakari ya Ibada
Zawadi mara nyingi hueleweka vibaya kama malipo.
Kwa asili tunachukulia utii kama kazi na thawabu kama mshahara—ikiwa tunafanya vya kutosha, Mungu anatudai kitu. Maandiko yanaondoa mfumo huu kwa upole lakini kwa uthabiti. Mungu hatoi thawabu utii kwa sababu anawajibika. Anatuzawadia utii kwa **kushiriki furaha Yake** .
Zawadi hiyo ni ya kimahusiano.
Kabla ya **CS Lewis** kuelewa thawabu ya Kikristo ipasavyo, alipambana na wazo kwamba thawabu hupunguza wema. Alidhani kwamba wema wa kweli unapaswa kupuuzwa—kwamba thawabu ingepunguza utii. Badala yake, alichogundua

kilikuwa cha kubadilisha: thawabu za Mungu si zawadi za nje; ni utimilifu wa asili wa upatanifu.
Zawadi hukamilisha utii kwa kutuvuta ndani zaidi ya Mungu Mwenyewe.
Wakati utii ni wa kimaudhui, furaha ni dhaifu.
Wakati utii ni wa kimahusiano, furaha haiwezi kuepukika.
Maandiko huelekeza furaha kama tunda la uaminifu. Si msisimko. Si raha. Furaha—thabiti, dumu, inayoshirikiwa.
Utiifu haupati upendo wa Mungu; unatuweka katika nafasi ya **kuupata kikamilifu zaidi** .
Siku ya 28 inakualika uchunguze jinsi unavyofikiria kuhusu thawabu.
Ukitii ukitarajia kurudi, mara nyingi tamaa hufuata.
Ukitii ili kubaki sawa, furaha hukua kimya kimya.
Mungu hasimami mwisho wa utii akiwa na kitabu cha kumbukumbu.
Anasimama kwa mikono wazi, akitualika zaidi.
Furaha ya utii si kuchelewa kuridhika.
Ni ushiriki wa kina zaidi.

Uchunguzi wa Moyo
Kaa kimya na maswali haya.

1. **Je, bila kujua umeuchukuliaje utii—kama wajibu au uhusiano?**
2. **Ungetarajia Mungu "akulipe" wapi kwa uaminifu?**
3. **Ingekuwaje kutii ili tu kubaki karibu na Mungu?**

Mazoezi ya Leo (Utiifu Unaozingatia Furaha)
Mazoea ya leo ni **utii wa kimahusiano** .
Chagua **tendo moja la utii** leo—sala, huduma, kujizuia, ukarimu.
Kabla ya kufanya hivyo, omba:
"Bwana, nafanya hivi ili nibaki karibu nawe."
Baada ya hapo, tulia kwa muda mfupi na utambue furaha au amani yoyote tulivu.

Maombi

Baba,
niachilie kutoka kwa imani ya miamala. Nifundishe utii unaofurahia uwepo wako. Acha furaha, si wajibu, iumbe uaminifu wangu. Ninapokea thawabu kama uhusiano, si malipo. Ninaingia katika furaha yako. Amina.

Tamko

Sema hivi kwa sauti kubwa:
Utiifu hunipeleka kwenye furaha ya Mungu.
Sipati thawabu—ninaiingia. Uaminifu wangu hunivuta karibu na Mungu. Furaha hukua pale ambapo upatanifu unabaki. Ninafurahi katika Bwana.

Kujitolea kwa Utiifu

Leo, ninajitolea kwa **utii unaozingatia furaha** .
Ninaachilia matarajio ya thawabu kama malipo na kuchagua uaminifu kama uhusiano.

Mwelekeo wa Kufunga

Furaha inazidi kuwa kubwa kimya kimya.
Kesho, tutachunguza **jinsi utiifu unavyounda upya uelewa wetu wa imani—sio kama uhakika, bali kama uaminifu unaosonga mbele** .

SIKU YA ISHIRINI NA TISA

Imani Inayosonga Mbele

Kwa Nini Utiifu Haungojei Uhakika?

MAANDIKO MUHIMU YA KUZINGATIA

- **2 Wakorintho 5:7** — *Kwa maana tunatembea kwa imani, si kwa kuona.*
- **Waebrania 11:1, 8** — *Imani ni kuwa na uhakika katika kile tunachokitumainia... Ibrahimu alitii na akaenda, ingawa hakujua anakokwenda.*
- **Mithali 3:5-6** — *Mtumaini Bwana kwa moyo wako wote...*

Usomaji wa Maandiko (Soma Polepole)
"Kwa maana tunatembea kwa imani, si kwa kuona."
—2 Wakorintho 5:7
Tua.
Ona kwamba imani inaelezewa kama **mwendo** , si hitimisho.

Tafakari ya Ibada
Watu wengi hudhani imani inahitaji uhakika.
Tunasubiri uwazi kabla ya kuhama. Tunataka uhakika kabla ya utii. Tunatarajia imani iondoe utata, maswali, na hatari.
Maandiko yanatoa muundo tofauti: imani mara nyingi huanza **kabla ya uhakika kufika** .
Imani ni kutojua njia inaelekea wapi.
Imani ni kumwamini Yeye anayeongoza.
Kabla ya **CS Lewis** kukubali imani ya Kikristo kikamilifu, moja ya mapambano yake makubwa zaidi ilikuwa kupoteza udhibiti. Imani ilimhitaji asonge mbele bila majibu kamili. Hakusogea kwa sababu kila swali lilitatuliwa; alisogea kwa sababu uaminifu ulihitaji uaminifu.

Hii ni ya kisasa sana.
Tunaishi katika utamaduni unaothamini uhakika, ushahidi, na dhamana. Imani huvuruga mkao huo. Haikatai akili—lakini inakataa kutawaliwa na hofu ya yasiyojulikana. Utii unaotokana na imani haungojei uelewa kamili. Inasonga mbele kwa mwanga usio kamili.
Siku ya 29 inakualika uchunguze mahali ambapo unaweza kuwa unasubiri uhakika badala ya kufanya mazoezi ya uaminifu.
Imani haiondoi maswali.
Inaamua licha ya maswali hayo.
Utii ni usemi unaoonekana wa imani. Hufichua kile tunachokiamini zaidi—uelewa wetu au uaminifu wa Mungu.
Imani inapopunguzwa hadi makubaliano, husimama. Imani inapobadilika, hukua.
Kutembea kwa imani hakumaanishi kutenda bila kujali.
Kunamaanisha uaminifu unaoitikia.
Mara nyingi Mungu hufunua hatua inayofuata tu baada ya utii kuchaguliwa. Imani huundwa si kwa azimio, bali kwa mwendo.

Uchunguzi wa Moyo
Kaa kimya na maswali haya.

1. **Unasubiri wapi uhakika kabla ya kutii?**
2. **Hofu gani hujitokeza wakati uwazi unapoonekana haujakamilika?**
3. **Ni hatua gani ya uaminifu ambayo Mungu anaweza kuwa anakualika uichukue sasa?**

Mazoezi ya Leo (Imani katika Mwendo)
Mazoezi ya leo ni **harakati za utiifu** .
Tambua **hatua moja ndogo ya utii** ambayo umechelewesha kwa sababu ulitaka uwazi zaidi.
Chukua hatua hiyo leo.
Usikimbilie.
Usiigize.
Sogea tu.

Maombi

Baba,
nifundishe imani inayosonga mbele. Nifungue kutoka kwa hitaji la uhakika kamili na uimarishe imani yangu kwako. Nisaidie kutii kwa nuru niliyo nayo na kukuamini Wewe kuongoza hatua inayofuata. Ninaweka imani yangu kwako. Amina.

Tamko

Sema hivi kwa sauti kubwa:
Ninatembea kwa imani, si kwa kuona.
Utii haungoji uhakika. Mungu huongoza hatua zangu ninaposonga mbele. Ninamwamini zaidi ya ninavyoelewa. Imani yangu inafanya kazi na hai.

Kujitolea kwa Utiifu

Leo, ninajitolea kwa **utii uliojaa imani** .
Sitacheleweshа mpangilio ninaposubiri uwazi kamili.
Ninachagua kuamini na kusonga mbele.

Mwelekeo wa Kufunga

Unakaribia mwisho wa safari.
Kesho, tutachunguza **jinsi utiifu unavyobadilisha uelewa wetu wa utimilifu—sio kama kuwasili, bali kama uaminifu wa maisha yote** .

SIKU YA THELATHINI

Uaminifu Bila Mistari ya Kumalizia

Kwa Nini Utiifu Ni Njia ya Maisha, Sio Mwisho

MAANDIKO MUHIMU YA KUZINGATIA

- **Wafilipi 3:12-14** — *Si kwamba nimekwisha kupata haya yote… bali nakaza mwendo.*
- **Luka 9:62** — *Mtu yeyote anayeweka mkono wake kwenye jembe na kutazama nyuma hafai kwa Ufalme wa Mungu.*
- **Waebrania 12:1-2** — *Tukimbie kwa uvumilivu katika shindano lililowekwa kwa ajili yetu.*

Usomaji wa Maandiko (Soma Polepole)
"Si kwamba nimekwisha kupata haya yote,
au kwamba nimekwisha kufika kwenye lengo langu, bali nakaza mwendo ..."
— Wafilipi 3:12
Sitisha.
Ona kwamba hata ukomavu hukataa lugha ya kuwasili.

Tafakari ya Ibada
Tunajaribiwa kuchukulia utiifu kama mradi.
Tunatafuta hatua muhimu, alama za kukamilika, nyakati ambazo hatimaye tunaweza kusema, *"Nimefika."* Maandiko huondoa matarajio haya kwa upole. Maisha ya Kikristo hayafikii kikomo katika umahiri—yanaendelea kwa uaminifu.
Katika Maandiko, utimilifu si kuhusu kumaliza kuwa.
Ni kuhusu kubaki katika mpangilio.

Kabla ya **Waziri Lewis** kufikia miaka ya mwisho ya maisha yake, utii ulikuwa tayari umemfundisha jambo muhimu: hakuna toleo la imani ambapo ukuaji huacha kuhitajika. Hata uwazi hualika kujisalimisha zaidi. Hata ukomavu unahitaji unyenyekevu unaoendelea.
Paulo—mmoja wa sauti zilizoimarika kiroho zaidi katika Maandiko—alikataa kusema kana kwamba alikuwa amefika. Badala yake, alisonga mbele. Msimamo huu hulinda utii dhidi ya kiburi na huweka imani ikiwa sikivu badala ya kuwa tuli.
Siku ya 30 inakualika kutoa wazo la kukamilisha kama kuwasili.
Utii hauishii katika faraja.
Hutulia katika **uthabiti** .
Uaminifu si wa kuigiza. Ni thabiti. Ni kuchagua mpangilio tena kesho. Ni kuendelea na mbio bila makofi, bila uhakika, bila udanganyifu kwamba kazi imekamilika.
Hili halikatishi tamaa.
Linaweka huru.
Huna haja ya kufikia toleo la mwisho la wewe mwenyewe.
Unaalikwa kubaki mwaminifu unapoumbwa.
Mungu hukamilisha kazi Yake si kwa kutusukuma hadi mwisho, bali kwa kututegemeza katika safari yote.

Uchunguzi wa Moyo
Kaa kimya na maswali haya.

1. **Ni wapi umejaribiwa kupima maisha ya kiroho kwa kuwasili badala ya uaminifu?**
2. **Unaitikiaje wazo kwamba malezi yanaendelea kwa maisha yote?**
3. **"Kuendelea mbele" kunaonekanaje katika maisha yako hivi sasa?**

Mazoezi ya Leo (Kujitoa kwa Thabiti)
Mazoezi ya leo **yamebadilishwa mwelekeo** .
Omba hivi polepole:
"Bwana, najitolea kwa utii mwaminifu leo—na tena kesho."

Hakuna maazimio.
Hakuna mistari ya kumalizia. Mpangilio tu.

Maombi
Baba,
niachilie kutoka kwenye udanganyifu wa kuwasili. Nifundishe uaminifu unaobaki thabiti baada ya muda. Nisaidie kusonga mbele kwa unyenyekevu, uvumilivu, na uaminifu. Ninaweka mkono wangu kwenye jembe na kuchagua kutoangalia nyuma. Nitegemeze unapoendelea na kazi Yako ndani yangu. Amina.

Tamko
Sema hivi kwa sauti kubwa:
Siishi kwa ajili ya kufika—ninaishi kwa ajili ya kupatana. Utii ndio wito wangu wa maisha yote. Nasonga mbele kwa uaminifu na uaminifu. Mungu anakamilisha kazi yake ndani yangu baada ya muda. Ninabaki imara katika mbio zilizowekwa mbele yangu.

Kujitolea kwa Utiifu
Leo, ninajitolea kwa **uaminifu wa maisha yangu yote** . Ninaachilia hitaji la kukamilisha kama kuwasili na kuchagua utii thabiti kama njia yangu ya maisha.

Mwelekeo wa Kufunga
Huu sio mwisho.
Ni **mkao uliotulia** .
Kinachofuata sasa hakitaongeza shinikizo—
kitaimarisha mazoezi.

SIKU YA THELATHINI NA MOJA

Maisha Yako Kama Maandishi

Utiifu Unapohama Kutoka Kusoma Hadi Kuishi

Maandiko Muhimu ya Kuzingatia

- **2 Wakorintho 3:2-3** — *Ninyi wenyewe ni barua yetu… iliyoandikwa si kwa wino bali kwa Roho wa Mungu aliye hai.*
- **Mathayo 7:24–27** — *Mtu mwenye busara huyaweka maneno haya katika vitendo.*
- **Yakobo 1:23–25** — *Yeyote anayeangalia kwa makini… na asisahau lakini anasahau—atabarikiwa.*

Usomaji wa Maandiko (Soma Polepole)
"Ninyi wenyewe ni barua yetu,
iliyoandikwa mioyoni mwetu, inayojulikana na kusomwa na kila mtu."
- 2 Wakorintho 3:2
Sitisha.
Angalia **ni nani anayesomwa** .

Tafakari ya Ibada
Hadi kufikia hatua hii, umekuwa ukisoma maisha, Maandiko, na ukweli.
Kuanzia hapa na kuendelea, **maisha yako yanakuwa maandishi** .
Malezi ya Kikristo hayaishii kwa uelewa. Yanafikia kilele katika mfano halisi. Maandiko hayaulizi kama ukweli umependwa—yanauliza kama umeishi . Kipimo cha mwisho

cha safari hii si kile ulichokielewa, bali ni kile kilichoanza kuunda chaguzi zako za kila siku.
Hapa ndipo waumini wengi wanapositasita.
Ni salama kusoma kuliko kufanya mazoezi.
Ni salama kutafakari kuliko kupanga upya. Ni salama kukubaliana kuliko kuiga.
Hata hivyo Maandiko yanasisitiza kwamba ulimwengu unakutana na Kristo si hasa kupitia maandiko, bali kupitia **watu** . Kupitia sauti, majibu, uvumilivu, kujizuia, ujasiri, rehema, na uaminifu uliishi kimya kimya katika sehemu za kawaida.
Siku ya 31 inaashiria mabadiliko.
Husomi tena kuhusu utii.
Unaalikwa ili **usomeke** .
Taratibu zako, mahusiano, athari, na majukumu sasa yana uzito. Swali si tena *"Hili linamaanisha nini?"* bali *"Hili litaishiwaje?"*
Huhitaji jukumu au jukwaa jipya.
Unahitaji mpangilio mahali ulipo tayari.
Roho anaandika wazi zaidi mahali ambapo utii unafanywa kila mara—jikoni, ofisini, mazungumzo, kukatishwa tamaa, maamuzi ambayo hakuna mtu mwingine anayeyaona. Hapa ndipo nyaraka zilizo hai zinapoundwa.
Kuanzia hapa na kuendelea, kila siku itawasilisha **hali halisi** , si somo. Huombwi kuichambua. Unaombwa kuitafakari.

Uchunguzi wa Moyo
Kaa kimya na maswali haya.

1. **Maisha yako tayari "yanasomwa" na wengine wapi?**
2. **Ni mifumo gani katika maisha yako ya kila siku inayoonyesha waziwazi imani yako?**
3. **Ingekuwa na maana gani kuishi na ufahamu kwamba maisha yako ni shahidi?**

Mazoezi ya Leo (Mwonekano wa Kusudi)
Mazoezi ya leo ni **mpangilio wa kimakusudi** .

Chagua **mpangilio mmoja wa kawaida** utakaouweka leo—kazini, nyumbani, mazungumzo, kazi.
Kabla ya kuingia ndani yake, omba:
"Bwana, acha maisha yangu yasomeke hapa."
Kisha endelea kama kawaida—lakini kwa uangalifu.

Maombi
Baba,
ninakupa maisha yangu ya kawaida. Nifundishe kuishi kwa njia inayoakisi ukweli bila utendaji au kujifanya. Andika neema yako katika matendo yangu, maneno yangu, na majibu yangu. Acha maisha yangu yazungumze kimya kimya na wazi.
Amina.

Tamko
Sema hivi kwa sauti kubwa:
Maisha yangu ni barua hai ya Kristo.
Roho wa Mungu anaandika kupitia utiifu wangu. Ninaishi kwa uangalifu na uaminifu. Maisha yangu ya kila siku yanashuhudia ukweli. Ninazidi kueleweka kwa ulimwengu.

Kujitolea kwa Utiifu
Leo, nimejitolea **kuishi kimakusudi** .
Ninachagua ufahamu badala ya autopilot na mpangilio badala ya kutoonekana.

Mwelekeo wa Kufunga
Kuanzia hapa na kuendelea, umakini hupungua.
Sio kuelekea theolojia,
bali kuelekea **vitendo** .
Kesho, tutachunguza **jinsi utiifu unavyofunuliwa kupitia majibu yetu chini ya shinikizo** .

SIKU YA THELATHINI NA MBILI

Kinachojitokeza Chini ya Shinikizo

Jinsi Utiifu Unavyofichuliwa Wakati Udhibiti Unapotea

Maandiko Muhimu ya Kuzingatia

- **Luka 6:43–45** — *Kinywa hunena kutokana na wingi wa moyo.*
- **Mithali 4:23** - *Linda moyo wako, maana kila kitu unachofanya humo humo humo.*
- **1 Petro 1:6-7** — *Majaribu huja ili uhalisi wa imani yenu upate kuthibitishwa.*

Usomaji wa Maandiko (Soma Polepole)

"Kwa maana kinywa hunena yale yaliyojaa moyo."
- Luka 6:45
Sitisha.
Ona kwamba shinikizo halijengi maudhui— **linayafichua** .

Tafakari ya Ibada

Shinikizo ni kidhihirisho.
Haibuni athari mpya; inafichua uundaji uliopo. Udhibiti unapopotea—kupitia msongo wa mawazo, usumbufu, migogoro, au kukata tamaa—ni nyuso gani zinazotuonyesha utii umekuwa ukiunda chini ya uso.
Hili halifurahishi, lakini pia linafafanua.
Mara nyingi tunajihukumu kwa nia. Mungu hutuumba kupitia **majibu** . Chini ya shinikizo, nia huacha nafasi kwa silika. Na silika husema ukweli kuhusu kile kilichoota mizizi.

Siku ya 32 inakualika kuona shinikizo si kama adui, bali kama taarifa.
Ikiwa ukosefu wa subira unajitokeza, huonyesha mahali ambapo haraka bado inatawala.
Ikiwa kujilinda kunaongezeka, huonyesha mahali ambapo udhibiti bado unashikilia. Ikiwa upole unaonekana, huonyesha mahali ambapo utiifu umefanya kazi yake kimya kimya.
Shinikizo halimaanishi kushindwa.
Linamaanisha kukabiliwa na matatizo.
Mungu hutumia shinikizo kuleta mpangilio katika mwelekeo—sio kutuaibisha, bali kutuonyesha mahali ambapo malezi bado yanaendelea. Nyakati hizi ni mialiko, si mashtaka.
Huombiwi kuondoa shinikizo.
Unaalikwa kujifunza kutokana nalo.
Utiifu unapouumba moyo, shinikizo huwa ushahidi.
Huonyesha ulimwengu kinachokutawala wakati hali haziendani.

Uchunguzi wa Moyo

Kaa kimya na maswali haya.

1. **Ni athari gani huwa zinajitokeza unapokuwa chini ya shinikizo?**
2. **Miitikio hiyo inaonyesha nini kuhusu kile ambacho bado kinaundwa?**
3. **Shinikizo linawezaje kuwa mwalimu badala ya tishio?**

Mazoezi ya Leo (Jibu la Makini)

Mazoezi ya leo ni **mwitikio wa polepole chini ya shinikizo**
.
Wakati jambo linapovuruga mipango yako leo—kuchelewa, kukatishwa tamaa, au kukatizwa—simama kabla ya kujibu.
Vuta pumzi moja.
Kisha chagua jibu linaloendana na ukweli badala ya msukumo.
Usilenge ukamilifu.
Lenga ufahamu.

Maombi
Baba,
Asante kwa kunionyesha shinikizo linachoonyesha. Nifundishe kujibu badala ya kujibu. Tumia nyakati za mkazo kuimarisha ulinganifu wangu, sio kukata tamaa ya utii wangu. Unda moyo wangu mahali ambapo udhibiti unajaribiwa.
Amina.

Tamko
Sema hivi kwa sauti kubwa:
Shinikizo hufunua kile Mungu anachokiumba ndani yangu. Ninaitikia kwa ufahamu, si kwa msukumo. Utiifu huunda athari zangu chini ya mkazo. Mungu hutumia shinikizo kuimarisha mpangilio. Ninabaki thabiti udhibiti unapojaribiwa.

Kujitolea kwa Utiifu
Leo, najitolea **kujibu kwa makini** .
Sitaogopa shinikizo au kujificha kutokana na kile kinachofichuliwa. Ninamruhusu Mungu atumie kwa ajili ya malezi.

Mwelekeo wa Kufunga
Shinikizo haliondoi uundaji.
Linafichua **hilo** .
Kesho, tutachunguza **jinsi utiifu unavyofunuliwa kupitia uthabiti katika chaguzi ndogo, zinazorudiwa** .

SIKU YA THELATHINI NA TATU

Imeundwa na Unachorudia

Kwa Nini Utiifu Hujengwa Kupitia Chaguo Ndogo na za Uaminifu

Maandiko Muhimu ya Kuzingatia

- **Luka 16:10** — *Mtu aliye mwaminifu katika lililo dogo sana, huwa mwaminifu katika lililo kubwa pia.*
- **Wagalatia 6:7-9** — *Msichoke kutenda mema...*
- **Zaburi 1:1-3** — *Mtu huyo ni kama mti uliopandwa kando ya vijito vya maji...*

Usomaji wa Maandiko (Soma Polepole)

*"Yeyote aliye mwaminifu katika lililo dogo sana,
huwa mwaminifu katika lililo kubwa pia."*
- Luka 16:10
Tua.
Ona kwamba uaminifu hupimwa **kwa muda** , si kwa muda mfupi.

Tafakari ya Ibada

Uundaji mwingi hutokea kimya kimya.
Sio katika nyakati za maamuzi, bali katika nyakati zinazorudiwa. Sio kupitia utii wa kimuujiza, bali kupitia mpangilio thabiti. Maandiko yanathibitisha ukweli huu mara kwa mara: sisi tunaokuwa tunaumbwa zaidi na kile tunachofanya **mara nyingi** kuliko kile tunachofanya **mara kwa mara** .
Tunaelekea kuzidisha nguvu ya chaguo moja na kupuuza nguvu ya kurudia.

Utii, ukifanywa kwa utaratibu, unakuwa tabia. Matendo madogo, yanayorudiwa kila siku, huunda mifumo ambayo hatimaye huhisi kuwa ya asili. Hivi ndivyo mpangilio unavyotulia katika mwili na nia—sio kupitia nguvu, bali kupitia uaminifu.

Siku ya 33 inakualika uangalie kwa uaminifu midundo yako. Uthabiti huonyesha utii.

Unachorudia hufunua kinachokutawala. Baada ya muda, utii unaorudiwa huimarisha tamaa, huunda upya silika, na huimarisha mwitikio. Hii ndiyo sababu Maandiko humlinganisha mtu mwaminifu na mti—ulio na mizizi, unaolishwa, na thabiti. Ukuaji ni wa polepole, lakini ni hakika.

Uthabiti pia hutulinda kutokana na kukata tamaa. Tunapotafuta maendeleo katika mabadiliko makubwa tu, tunakosa kile kinachojitokeza kimya kimya. Mara nyingi Mungu hufanya kazi chini ya mwonekano, akiimarisha mizizi kabla ya kutoa matunda. Kurudia hufundisha uaminifu. Huruhusu utii kudumu zaidi ya hisia, motisha, na hisia.

Huhitaji utii wa ajabu leo.

Unahitaji kurudiarudia kwa uaminifu.

Uchunguzi wa Moyo

Kaa kimya na maswali haya.

1. **Ni chaguzi gani ndogo unazorudia mara kwa mara kila siku?**
2. **Ni tabia gani zinazounda tabia yako kwa sasa—kwa makusudi au bila kukusudia?**
3. **Mungu anaweza kuwa anakualika wapi kufanya uaminifu wa kimya kimya badala ya mabadiliko makubwa?**

Mazoezi ya Leo (Marudio ya Uaminifu)

Mazoezi ya leo ni **kitendo kimoja kinachojirudia** .

Chagua **tendo moja dogo la utii** unaloweza kurudia kila siku—sala, usomaji wa Maandiko, wema, kujizuia, na shukrani.

Fanya leo **bila mapambo** .

Kisha jitolee kurudia kesho.

Maombi

Baba,
nifundishe kuthamini uaminifu kuliko nguvu. Nisaidie kuamini nguvu tulivu ya utii inayorudiwa kila wakati. Unda tabia yangu kupitia mpangilio thabiti, na uimarishe azimio langu la kubaki mwaminifu katika mambo madogo. Ninakupa Wewe msimamo wangu.
Amina.

Tamko

Sema hivi kwa sauti kubwa:
Mungu huunda maisha yangu kupitia kurudiarudia kwa uaminifu.
Matendo madogo ya utii huunda tabia ya kudumu. Ninabaki thabiti katika mpangilio. Ninachorudia kinaonyesha utii wangu. Ninakua na mizizi, mvumilivu, na mwaminifu.

Kujitolea kwa Utiifu

Leo, ninajitolea kwa **uaminifu thabiti** .
Ninachagua utii unaorudiwa mara kwa mara badala ya nguvu ya mara kwa mara.

Mwelekeo wa Kufunga

Uundaji huongezeka kwa njia ya kurudia.
Kesho, tutachunguza **jinsi utii unavyofunuliwa kupitia kujizuia—kile tunachochagua kutofanya** .

SIKU YA THELATHINI NA NNE

Utii wa Vizuizi

Kwa Nini Unachokataa Ni Muhimu Kama Unavyochagua

Maandiko Muhimu ya Kuzingatia

- **Tito 2:11–12** — *Neema inatufundisha kusema "Hapana" kwa maovu…*
- **Mithali 25:28** - *Kama mji uliobomolewa na kuta zake, ndivyo alivyo mtu asiyejizuia.*
- **1 Wakorintho 6:12** — *"Nina haki ya kufanya chochote," unasema—lakini si kila kitu chenye faida.*

Usomaji wa Maandiko (Soma Polepole)

"Neema ya Mungu… inatufundisha kusema 'Hapana.'"
— Tito 2:12
Sitisha.
Ona kwamba kujizuia si sheria—ni **mafunzo ya neema** .

Tafakari ya Ibada

Utiifu mwingi hauonekani.
Mara nyingi tunahusisha utii na kitendo—kusema, kuhudumia, kuchagua, kusonga. Maandiko yanaonyesha aina nyingine ambayo ni tulivu na yenye umbo sawa: **kujizuia** .
Wakati mwingine utii huonyeshwa si kwa kile tunachokifuatilia, bali kwa kile tunachokataa.
Kizuizi hulinda uundaji.
Sio kila kitu kinachoruhusiwa kina faida. Sio kila fursa inayolingana. Sio kila msukumo unaostahili kuonyeshwa.
Neema inatufundisha utambuzi—hekima ya kusema hapana bila woga na bila kiburi.

Aina hii ya utii mara chache hupokea uthibitisho. Hakuna anayepongeza kile ambacho hukusema, hoja ambayo hukuizidisha, fursa uliyokataa, msukumo uliouzuia. Hata hivyo, nyakati hizi huunda tabia kwa undani.

Siku ya 34 inakualika kutambua kujizuia kama ukomavu wa kiroho.

Kujizuia si udhaifu,
ni nguvu inayodhibitiwa.

Inaonyesha maisha ambayo hayatawaliwi tena na msukumo au shinikizo, bali na mpangilio. Wakati utii unapokuwa umetulia kwa undani, kujizuia kunakuwa kawaida—sio kulazimishwa. Tunajifunza kusimama, kutambua, na kuchagua ukimya au kukataa wakati mpangilio unahitaji.

Unachokataa huonyesha kinachokutawala.

Mtu asiyeweza kusema hapana si huru. Mtu aliyefunzwa kwa neema anajua wakati kujizuia hulinda amani, uadilifu, na upendo. Aina hii ya utii hulinda maisha ya ndani na kuhifadhi matunda yaliyokwisha tengenezwa.

Uchunguzi wa Moyo

Kaa kimya na maswali haya.

1. **Ni wapi unapoona ni vigumu zaidi kujizuia—kuzungumza, kujibu, kutamani, fursa?**
2. **Ni hofu gani inayojitokeza unapofikiria kusema hapana?**
3. **Vizuizi vinawezaje kutumika kama mpangilio badala ya kuvipunguza?**

Mazoezi ya Leo (Kizuizi cha Kukusudia)

Mazoezi ya leo ni **chaguo la hapana** .

Zingatia kwa **muda mmoja leo** ambapo unahisi hamu ya kujibu, kujibu mara moja, au kusema ndiyo kiotomatiki.

Sitisha.

Chagua kizuizi.

Huenda ikawa kimya.

Huenda ikawa kuchelewa. Huenda ikawa kukataa.

Acha mpangilio uongoze.

Maombi
Baba,
nifundishe utii unaojumuisha kujizuia. Nisaidie kutambua wakati kusema hapana hulinda kile unachokiumba ndani yangu. Fundisha matamanio yangu kupitia neema, na unipe hekima ya kuchagua mpangilio badala ya msukumo. Ninakuamini kwa kile ninachoachilia.
Amina.

Tamko
Sema hivi kwa sauti kubwa:
Neema ya Mungu hunifunza kujizuia.
Sitawaliwi na msukumo. Utii huunda ninachokataa na ninachochagua. Ninatenda kwa hekima na kujizuia. Maisha yangu yanalindwa na mpangilio.

Kujitolea kwa Utiifu
Leo, ninajitolea **kujizuia kwa neema** .
Ninachagua mpangilio badala ya msukumo na hekima badala ya majibu.

Mwelekeo wa Kufunga
Kizuizi hulinda uundaji.
Kesho, tutachunguza **jinsi utii unavyofunuliwa kupitia msamaha—hasa inapogharimu kitu** .

SIKU YA THELATHINI NA TANO

Gharama ya Msamaha

Kwa Nini Utiifu Wakati Mwingine Unahitaji Kuachilia Bila Azimio?

Maandiko Muhimu ya Kuzingatia

- **Mathayo 18:21–22** — *Nitasamehe mara ngapi?*
- **Waefeso 4:31-32** — *Mkisameheana, kama vile Mungu alivyowasamehe ninyi katika Kristo.*
- **Warumi 12:19** - *Msijilipizie kisasi...*

Usomaji wa Maandiko (Soma Polepole)

"Sameheni kama Bwana alivyowasamehe ninyi."
— Waefeso 4:32
Simama.
Angalia kiwango—sio haki, bali Kristo.

Tafakari ya Ibada

Msamaha ni mojawapo ya matendo ya utii ambayo hayaeleweki vizuri.
Mara nyingi tunachukulia msamaha kama suluhisho la kihisia—kusubiri hadi maumivu yapungue, uaminifu urejeshwe, au haki ionekane kamili. Maandiko yanafafanua msamaha tofauti. Msamaha ni tendo la utii linaloachilia **haki ya kudhibiti matokeo** .
Msamaha haukatai madhara.
Hautoi udhuru wa dhuluma. Hauhitaji upatanisho.
Huachilia umiliki wa hukumu.
Hii inafanya msamaha kuwa ghali.
Kusamehe ni kuachilia nguvu ya kujinufaisha. Kusamehe ni kukataa kutumia kumbukumbu kama silaha. Kusamehe ni

kumtumaini Mungu kwa yale ambayo hatuwezi kuyatatua wenyewe. Aina hii ya utii haionekani kuwa huru mwanzoni—inahisi kama hasara.

Lakini Maandiko yanasisitiza kwamba ndiyo njia ya kuelekea uhuru.

Siku ya 35 inakualika kuona msamaha si kama kitu unachohisi tayari kukipata, bali kama kitu ambacho unaweza kuitwa **kuchagua** . Msamaha haukubaliani na kilichotokea. Ni sawa na tabia ya Mungu mbele ya kile kilichotokea.

Utii hapa ni kimya na hauonekani.

Hakuna anayepongeza msamaha inapogharimu heshima, kiburi, au udanganyifu wa kudhibiti. Lakini hapa ndipo malezi yanapozidi. Msamaha huvunja mizunguko ya chuki ambayo utii mahali pengine hauwezi kufikia.

Msamaha si kusahau.

Ni kusalimisha haki ya kulipiza kisasi.

Utii huu mara nyingi hurudiwa—si mara moja, bali mara nyingi. Msamaha unaweza kuhitaji kuchaguliwa tena na tena, hasa wakati kumbukumbu inapojitokeza tena. Kila chaguo hutoa udhibiti zaidi kidogo na kurejesha amani zaidi kidogo.

Uchunguzi wa Moyo

Kaa kimya na maswali haya.

1. **Umelinganisha wapi msamaha na utayari wa kihisia?**
2. **Ni nani au nini ambacho Mungu anaweza kuwa anakualika uachilie—sio kuazimia—sasa hivi?**
3. **Unashikilia udhibiti gani kwamba msamaha ungekuhitaji ujisalimishe?**

Mazoezi ya Leo (Kutolewa Bila Suluhisho)

Mazoezi ya leo ni **kuachilia kwa makusudi** .

Mletee Mungu **kosa moja lisilotatuliwa —dogo au kubwa.**

Omba hivi kwa uaminifu:

"Bwana, naachilia haki yangu ya kudhibiti hili."

Usilazimishe hisia.

Usiharakishe amani.

Achilia tu.

Maombi
Baba,
Unaona gharama ya msamaha. Unajua utii unapohisi uzito. Nifundishe kuachilia udhibiti bila uchungu na kukuamini Wewe kwa kile ambacho siwezi kurekebisha. Ninachagua msamaha kama upatanifu, si kama kukataa. Amina.

Tamko
Sema hivi kwa sauti kubwa:
Ninasamehe kama Kristo alivyonisamehe.
Utii huachilia udhibiti. Ninakataa uchungu na kulipiza kisasi. Mungu ndiye mtetezi na mwamuzi wangu. Ninatembea katika uhuru kupitia msamaha.

Kujitolea kwa Utiifu
Leo, ninajitolea kwa **msamaha wa utii** .
Ninaachilia haki yangu ya kudhibiti matokeo na kumwamini Mungu kwa haki na uponyaji.

Mwelekeo wa Kufunga
Msamaha huweka huru roho.
Kesho, tutachunguza **jinsi utiifu unavyofunuliwa kupitia unyenyekevu—hasa wakati kiburi kinahisi kuwa na haki**
.

SIKU YA THELATHINI NA SITA

Utii wa Unyenyekevu

Kwa Nini Kuacha Kiburi Hulinda Malezi?

Maandiko Muhimu ya Kuzingatia

- **Wafilipi 2:5-8** — *Alijinyenyekeza akawa mtiifu hata kufa…*
- **Yakobo 4:6** — *Mungu huwapinga wenye kiburi lakini huwapa wanyenyekevu neema.*
- **Methali 11:2** - *Kiburi kikija, ndipo huja aibu; bali hekima huambatana na unyenyekevu.*

Usomaji wa Maandiko (Soma Polepole)
"Alijinyenyekeza
kwa kuwa mtiifu…"
— Wafilipi 2:8
Tua.
Ona kwamba unyenyekevu **huchaguliwa** , si kama ulivyodhaniwa.

Tafakari ya Ibada
Unyenyekevu mara nyingi hueleweka vibaya kama kujiona mdogo.
Maandiko yanafafanua unyenyekevu kwa njia tofauti.
Unyenyekevu si kujiondoa; ni **uhuru kutoka kwa kujilinda** .
Ni utii ambao hauhitaji tena kudai, kutetea, au kutawala ili kuhisi salama.
Kiburi hupinga utii kwa hila.
Sio kila wakati huonekana kama kiburi. Mara nyingi huonekana kama uhalali— *ninastahili hili* , *niko sahihi* ,

Wanapaswa kujua vyema zaidi. Kiburi husisitiza kuonekana, kuthibitishwa, au kuthibitishwa kuwa sahihi. Unyenyekevu huondoa hitaji hilo.

Hii ni ghali.

Unyenyekevu unatuomba tuache haki ya kueleweka, kupongezwa, au kutetewa. Haukana ukweli; unamwamini Mungu kwa utetezi wake. Mkao huu unahisi hatari kwa sababu unaondoa mikakati yetu ya kawaida ya kudhibiti.

Lakini Maandiko yako wazi: unyenyekevu huvutia neema.

Pale ambapo kiburi hukandamiza utii, unyenyekevu huimarisha utii. Huunda nafasi ya marekebisho bila kuanguka, kwa huduma bila kinyongo, kwa utii bila utendaji.

Siku ya 36 inakualika kuchunguza mahali ambapo kiburi kinaweza kuwa kinapinga malezi kimya kimya.

Kiburi mara nyingi hujificha nyuma ya uwezo.

Unyenyekevu hukaa katika mpangilio.

Yesu hakujinyenyekeza kwa sababu alikuwa dhaifu.

Alijinyenyekeza kwa sababu alikuwa salama. Utii wake ulitokana na utambulisho, si ukosefu wa usalama. Huu ndio unyenyekevu ambao Maandiko yanatuita—sio kurudi nyuma, bali kujiachilia umuhimu.

Unyenyekevu haukupunguzii.

Unakuweka huru.

Uchunguzi wa Moyo

Kaa kimya na maswali haya.

1. **Ni wapi unapohisi kushawishika zaidi kujitetea au kuthibitisha thamani yako?**
2. **Ni hali gani husababisha kiburi kinachofichwa kama uhalali?**
3. **Unyenyekevu unawezaje kulinda utiifu katika msimu wako wa sasa?**

Mazoezi ya Leo (Unyenyekevu Uliochaguliwa)

Mazoezi ya leo ni **mpangilio usio na uthibitisho**.

Tazama **wakati mmoja leo** ambapo unahisi hamu ya:

- Sahihisha mtu

- Tetea msimamo wako
- Hakikisha unaonekana au unapewa sifa

Sitisha.
Chagua unyenyekevu.
Unaweza kubaki kimya.
Unaweza kumruhusu Mungu atetee ukweli kwa wakati.

Maombi
Baba,
nifundishe unyenyekevu unaoachilia udhibiti. Niokoe kutokana na hitaji la kujitetea na unisaidie kukuamini Wewe kwa sifa yangu.
Unda ndani yangu unyenyekevu wa Kristo—ulio salama, mtiifu, na huru. Ninachagua upatanifu badala ya kiburi.
Amina.

Tamko
Sema hivi kwa sauti kubwa:
Ninatembea katika unyenyekevu wa Kristo.
Utiifu huondoa hitaji langu la kujilinda. Mungu hupinga kiburi na huwapa wanyenyekevu neema. Ninamwamini Mungu kwa sifa yangu. Unyenyekevu huimarisha utiifu wangu.

Kujitolea kwa Utiifu
Leo, ninajitolea kwa **utii mnyenyekevu** .
Ninaachilia kiburi, kuhesabiwa haki, na kujilinda na kuchagua upatanifu unaotokana na uaminifu.

Mwelekeo wa Kufunga
Unyenyekevu hulinda malezi.
Kesho, tutachunguza **jinsi utiifu unavyofunuliwa kupitia uvumilivu—wakati utiifu unaonekana kuwa mrefu na usioonekana** .

SIKU YA THELATHINI NA SABA

Wakati Utii Unapaswa Kudumu

Kwa Nini Uvumilivu Ni Alama Tulivu ya Ukomavu

Maandiko Muhimu ya Kuzingatia

- **Waebrania 10:36** — *Unahitaji kuvumilia ili mtakapoyafanya mapenzi ya Mungu, mpate kile alichoahidi.*
- **Yakobo 5:7–8** — *Kuwa na subira… imarisha mioyo yenu.*
- **Wagalatia 6:9** — *Tusichoke katika kutenda mema…*

Usomaji wa Maandiko (Soma Polepole)

"Mnahitaji kuvumilia
ili mtakapoyafanya mapenzi ya Mungu, mpate kile alichoahidi."
— Waebrania 10:36
Tua.
Ona kwamba uvumilivu hufuata utii—sio kabla yake.

Tafakari ya Ibada

Aina zingine za utii ni fupi.
Wengine wanahitaji **uvumilivu** .
Uvumilivu ni utii unaoenea kwa muda—uaminifu unaoendelea bila thawabu inayoonekana, uimarishaji wa kihisia, au uthibitisho wa nje. Ni mojawapo ya ishara zilizo wazi zaidi za ukomavu wa kiroho, haswa kwa sababu mara chache huwa wa kusisimua.
Watu wengi wanaweza kutii kwa muda mfupi.
Wachache hujifunza kubaki waaminifu kwa uthabiti.
Uvumilivu hujaribu nia.
Utii unapotiwa nguvu na ugeni, kasi huibeba kwa muda.
Ugeni unapofifia na kasi inapopungua , uvumilivu huonyesha

kama utii ulitokana na mpangilio au hisia. Hapa ndipo waumini wengi hujitenga kimya kimya—sio kwa uasi, bali kwa uchovu.

Maandiko yanazungumzia moja kwa moja wakati huu:

Usichoke kutenda mema.

Uchovu haimaanishi kwamba utii ulikuwa mbaya.

Mara nyingi humaanisha kwamba utii umekuwa wa muda mrefu.

Siku ya 37 inakualika kuheshimu uaminifu unaohisiwa kuwa wa kawaida na usioonekana. Mungu hapimi utii kwa nguvu pekee. Anaheshimu uvumilivu—utayari wa kubaki sawa wakati safari inahisi kurudia au upweke.

Uvumilivu si ukaidi.

Ni uaminifu unaoendelea kwa muda.

Inasema: *Nitaendelea hata wakati uwazi unachelewa.*

Nitabaki mwaminifu hata wakati uthibitisho haupo.

Nitaamini ahadi za Mungu bila kuhitaji ushahidi wa haraka.

Aina hii ya utii huunda kina.

Uvumilivu unaounda hauwezi kuharakishwa. Huimarisha tabia, hutia nanga matumaini, na hulinda utii dhidi ya kuanguka wakati hali zinabadilika.

Uchunguzi wa Moyo

Kaa kimya na maswali haya.

1. **Unahisi umechoka wapi katika utiifu wako sasa hivi?**
2. **Ni nini kinachokushawishi ujiondoe—si kwa sauti kubwa, bali kimya kimya?**
3. **Uvumilivu wenyewe unawezaje kuwa kazi ambayo Mungu anafanya katika msimu huu?**

Mazoezi ya Leo (Uaminifu wa Kudumu)

Mazoezi ya leo ni **utii unaoendelea** .

Chagua **tendo moja la utii ambalo** umekuwa ukilifanya kwa uaminifu—hata linapoonekana kama linajirudia au halionekani.

Fanya tena leo.

Sio kwa shauku.
Kwa azimio.

Maombi

Baba,
Nitie Nguvu pale ambapo utiifu unahisi kuwa mrefu. Nilinde kutokana na uchovu unaonivuta kimya kimya. Nisaidie kubaki mwaminifu wakati matokeo yanapochelewa na kutiwa moyo ni haba. Ninaamini kwamba unaona yasiyoonekana na kuheshimu yanayodumu. Amina.

Tamko

Sema hivi kwa sauti kubwa:
Ninavumilia katika utii.
Mungu hunitia nguvu uaminifu unapoonekana mrefu. Sichoki kutenda mema. Uvumilivu wangu unaunda ukomavu. Ninabaki sawa hadi Mungu akamilishe kazi Yake.

Kujitolea kwa Utiifu

Leo, ninajitolea kwa **utii wa kudumu** .
Ninachagua uaminifu badala ya uchovu na ninamwamini Mungu kwa wakati wa matunda.

Mwelekeo wa Kufunga

Uvumilivu hubeba utii
ambapo hisia haziwezi.
Kesho, tutachunguza **jinsi utiifu unavyounda upya uhusiano wetu na matumaini kwa wengine—sio sisi wenyewe tu** .

SIKU YA THELATHINI NA NANE

Utii Unaowavutia Wengine

Kwa Nini Malezi Hupanuka Zaidi ya Wewe Daima

Maandiko Muhimu ya Kuzingatia

- **Wagalatia 6:2** - *Chukulianeni mizigo yenu, na kwa njia hii mtatimiza sheria ya Kristo.*
- **Warumi 15:1** - *Sisi tulio imara tunapaswa kuvumilia udhaifu wa wanyonge.*
- **Wakolosai 1:9–10** — *Tunamwomba Mungu kila mara awajaze maarifa ya mapenzi yake…*

Usomaji wa Maandiko (Soma Polepole)

"Chukulianeni mizigo yenu,
na hivyo mtatimiza sheria ya Kristo."
— Wagalatia 6:2
Sitisha.
Ona kwamba ukomavu hujidhihirisha kupitia **uwajibikaji kwa wengine** .

Tafakari ya Ibada

Uundaji haukusudiwi kamwe kuishia ndani ya nafsi.
Kadri utii unavyokomaa, mwelekeo wake hubadilika. Kile kilichoanza kama mpangilio wa kibinafsi hupanuka na kuwa wasiwasi, uvumilivu, maombi, na uvumilivu **kwa wengine** .
Hii si kwa sababu wengine wanakuwa jukumu letu kurekebisha, lakini kwa sababu upendo hubadilisha mkao wetu kuelekea wao.
Utii unaobaki ndani hatimaye husimama.
Utii unaogeuka nje huongezeka.

Siku ya 38 inakualika kutambua mabadiliko ya utulivu: Mungu anapoimarisha maisha yako, pia anapanua uwezo wako wa kuwabeba wengine—sio kwa suluhisho, bali kwa uwepo. Si kwa udhibiti, bali kwa huruma.

Kuwabeba wengine haimaanishi kunyonya mizigo yao. Inamaanisha kutembea nao kwa uaminifu.

Aina hii ya utii ni ya subira. Inapinga hukumu. Haiharakishi ukuaji au kudai mabadiliko. Inaamini kwamba Mungu anafanya kazi ndani ya wengine kama vile amekuwa akifanya kazi ndani yako—mara nyingi polepole, mara nyingi bila kuonekana.

Utii uliokomaa huunda nafasi.

Nafasi kwa watu kupambana bila kupuuzwa.

Nafasi kwa udhaifu bila lawama. Nafasi kwa matumaini kukua bila shinikizo.

Hii ndiyo sababu Maandiko yanaunganisha utii na maombi kwa ajili ya wengine. Maombezi ni utii unaoonyeshwa kupitia upendo. Yanakubali kwamba mabadiliko ni ya Mungu, si yetu.

Siku ya 38 inabadilisha swali kutoka *"Ninaumbwaje?"* hadi *"Mungu anaweza kuwa ananialika nimchukue kwa neema?"*

Uchunguzi wa Moyo

Kaa kimya na maswali haya.

1. **Ni nani anayekuja akilini unapomfikiria mtu anayehitaji uvumilivu au maombi?**
2. **Ni wapi umewahi kuhisi kushawishika kujiondoa badala ya kuwabeba wengine?**
3. **Utiifu unawezaje kujidhihirisha kupitia huruma badala ya marekebisho?**

Mazoezi ya Leo (Utiifu wa Maombezi)

Mazoezi ya leo ni **maombi ya makusudi kwa ajili ya mwingine** .

Chagua **mtu mmoja** —mtu anayejitahidi, aliye mbali, au mgumu.

Waombee **bila ajenda** :

- Sio kwa ajili ya mabadiliko

- Sio kwa ajili ya suluhisho
- Kwa ajili tu ya uwepo na neema ya Mungu katika maisha yao

Zibebe kimya kimya leo.

Maombi

Baba,
Asante kwa kupanua utiifu wangu zaidi ya nafsi yangu. Nifundishe kuwabeba wengine kwa unyenyekevu na neema. Nifungue kutoka kwa hukumu na udhibiti na ujenge huruma inayoakisi moyo wako. Ninakuamini ufanye kazi ndani ya wengine kama vile ulivyofanya kazi ndani yangu.
Amina.

Tamko

Sema hivi kwa sauti kubwa:
Utiifu wangu hubeba huruma kwa wengine.
Ninabeba mizigo kwa uvumilivu na neema. Mungu hufanya kazi kupitia maombi na uwepo wangu. Ninatembea pamoja na wengine bila hukumu. Upendo hupanua kile ambacho utiifu umeunda.

Kujitolea kwa Utiifu

Leo, ninajitolea kwa **utii unaoonekana kwa nje** .
Ninachagua huruma badala ya kujiondoa na sala badala ya kudhibiti.

Mwelekeo wa Kufunga

Utii hupanuka kadri unavyokomaa.
Kesho, tutachunguza **jinsi utiifu unavyotuandaa kuachilia udhibiti kabisa—mikononi mwa Mungu** .

SIKU YA THELATHINI NA TISA

Utii wa Kuachiliwa

Imani Inapoweka Matokeo Mikononi mwa Mungu Kikamilifu

Maandiko Muhimu ya Kuzingatia

- **Zaburi 37:5** — *Mkabidhi Bwana njia yako; mtumaini, naye atafanya.*
- **Mathayo 16:24–25** — *Mtu ye yote atakayepoteza maisha yake kwa ajili yangu atayapata.*
- **1 Petro 5:6–7** — *Jinyenyekezeni... mkimtwika Yeye mahangaiko yenu yote.*

Usomaji wa Maandiko (Soma Polepole)
*"Mkabidhi Bwana njia yako;
mtumaini, naye atafanya."*
- Zaburi 37:5
Sitisha.
Angalia mfuatano: **commit → trust → release** .

Tafakari ya Ibada
Utii mwingi unahusu kuchagua.
Siku ya 39 inahusu **kuachilia** .
Kuna wakati katika malezi ambapo juhudi hazizidishi tena upatanifu. Kujitahidi zaidi hakuleti amani. Kusukuma mbele zaidi hakuleti uwazi. Utii hufikia ukomavu wake unapojifunza jinsi ya **kuachilia** .
Kuachiliwa si kuachwa.
Ni uaminifu bila ushawishi.

Mara nyingi tunatii huku tukisimamia matokeo kimya kimya—tukitumaini kushawishi matokeo, ratiba, au majibu. Tunamfuata Mungu, lakini tunadhibiti kwa mkono mmoja. Siku ya 39 inakualika utambue kile ambacho bado unashikilia. Kuachiliwa ni mojawapo ya aina ngumu zaidi za utii kwa sababu huondoa wavu wetu wa mwisho wa usalama. Inamaanisha kumwamini Mungu si tu kwa mwongozo, bali pia kwa matokeo. Inamaanisha kuachana na hitaji la kuelewa jinsi utii utakavyothawabishwa au kutambuliwa. Inamaanisha kupumzika kwa uaminifu hata wakati matokeo hayaonekani.
Kuachilia haimaanishi kutofanya kazi.
Inamaanisha kuacha umiliki wa matokeo.
Mkao huu unaonyesha ukomavu wa kina. Unarudia ombi la Kristo Mwenyewe: *"Si mapenzi yangu, bali Yako yatimizwe."* Utii hauishii katika uhakika, bali katika kujisalimisha.
Siku ya 39 inauliza swali la upole lakini lenye kupenya:
Je, unaweza kutii bila kuhitaji kujua kitakachofuata?
Hapa ndipo amani inapoanza kutulia—si kwa sababu kila kitu kimetatuliwa, bali kwa sababu uaminifu umechukua nafasi ya udhibiti. Kuachiliwa humruhusu Mungu kufanya kazi bila kuingiliwa. Huunda nafasi kwa neema kutembea kwa uhuru.

Uchunguzi wa Moyo
Kaa kimya na maswali haya.

1. **Bado unajaribu kudhibiti matokeo gani?**
2. **Una wasiwasi gani kuhusu kile ambacho utii unaweza kugharimu au kutoa?**
3. **Ingeonekanaje kuweka hili kikamilifu mikononi mwa Mungu?**

Mazoezi ya Leo (Kutolewa kwa Kusudi)
Mazoezi ya leo yanaitwa **kujisalimisha** .
Tambua **wasiwasi mmoja mahususi, matokeo, au swali la baadaye** ambalo umekuwa ukibeba.
Iite jina mbele za Mungu.
Kisha omba:

"Bwana, naachilia hili kwako.
Ninakuamini na matokeo."
Usirudie tena leo.

Maombi

Baba,
nifundishe utii unaojua wakati wa kuachilia. Niachilie mbali na kusimamia yaliyo yako. Nisaidie kukuamini zaidi ya uelewa, zaidi ya wakati uliopangwa, zaidi ya matokeo. Ninaweka maisha yangu, mustakabali wangu, na uaminifu wangu mikononi mwako. Amina.

Tamko

Sema hivi kwa sauti kubwa:
Ninaachilia udhibiti na kumwamini Mungu kikamilifu.
Utii hauhitaji umiliki wa matokeo. Mungu ni mwaminifu kwa kile ninachokiacha. Ninatembea kwa amani, si kwa wasiwasi.
Maisha yangu yapo mikononi mwa Mungu.

Kujitolea kwa Utiifu

Leo, ninajitolea **kuachiliwa kwa utiifu** .
Ninaweka matokeo, wakati, na matokeo katika utunzaji wa Mungu.

Mwelekeo wa Kufunga

Kesho si hitimisho.
Ni **utume** .
Siku ya 40 haitakuomba ufanye zaidi.
Itakualika **kuishi kutokana na kile kilichoumbwa** .

SIKU YA AROBAINI

Imetumwa kama Waraka Ulio Hai

Wakati Malezi Yanapokuwa Shahidi

Maandiko Muhimu ya Kuzingatia

- **2 Wakorintho 3:2–3** — *Ninyi ni barua kutoka kwa Kristo… iliyoandikwa na Roho wa Mungu aliye hai.*
- **Mathayo 5:16** — *Nuru yenu iangaze mbele ya wengine…*
- **Yohana 20:21** — *Kama vile Baba alivyonituma mimi, nami nawatuma ninyi.*

Usomaji wa Maandiko (Soma Polepole)

"Ninyi wenyewe ni barua yetu,
iliyoandikwa mioyoni mwetu, inayojulikana na kusomwa na kila mtu."
- 2 Wakorintho 3:2
Sitisha.
Angalia kwamba barua **haijafungwa** .
Inasomwa **kila siku** .

Tafakari ya Ibada

Huu sio mwisho.
Ni wakati ambapo kusoma kunakuwa hai.
Kwa siku arobaini, umeruhusu ukweli kukukabili, kukuweka sawa, kukusafisha, na kukufungua. Umechunguza utii si kama utendaji, bali kama mkao. Umeona kwamba imani hukomaa kupitia kujizuia, msamaha, unyenyekevu, uvumilivu, huruma, na kujisalimisha.
Sasa inakuja swali la kimya ambalo Maandiko huuliza mwisho:
Ni nini kitakachosomwa katika maisha yako ijayo?

Mungu hamalizi kazi Yake ndani yako kwa kufunga kitabu.
Anaimaliza kwa **kukurudisha katika maisha ya kawaida—umebadilika** .
Waraka ulio hai hauandikwi kwa ajili ya kupongezwa, bali umeandikwa kwa ajili ya ushuhuda.
Sauti yako katika mazungumzo.
Uvumilivu wako chini ya shinikizo. Kujizuia kwako unapokasirishwa. Msamaha wako unapokosewa. Uaminifu wako unapoonekana.
Hizi ndizo kurasa ambazo ulimwengu unasoma.
Hujaagizwa kumweleza Kristo kwa ukamilifu.
Umeagizwa **kumwakilisha kwa uaminifu** .
Hii haihitaji mfumo.
Inahitaji mpangilio.
Roho huandika kupitia maisha yaliyotolewa kwa wakati.
Kupitia uthabiti zaidi ya nguvu. Kupitia utii zaidi ya usemi.
Kupitia upendo unaobaki thabiti wakati hali zinabadilika.
Siku ya 40 haikupeleki nje kwa dharura.
Inakupeleka nje kwa **uwazi** .
Huwi kitu kipya kesho.
Unaendelea na kile ambacho tayari kimeanza.

Uchunguzi wa Mwisho wa Moyo

Kaa na maswali haya polepole.

1. **Ni nini kimebadilika ndani yako katika siku hizi arobaini?**
2. **Unaona wapi Mungu akikualika kuishi kwa makini zaidi?**
3. **Ni sehemu gani ya maisha yako ya kawaida sasa inayohisiwa kuwa muhimu sana?**

Mazoezi ya Leo (Maisha ya Kudumu)

Mazoezi ya leo ni **mfano halisi wa makusudi** .
Chagua mkao mmoja rahisi wa kuendelea mbele:

- umakini
- kizuizi
- uvumilivu

- unyenyekevu
- uaminifu

Usitangaze.
Usipime.
Ishi tu.

Maombi ya Kutuma
Baba,
Asante kwa kazi Uliyoifanya ndani yangu. Ninakupa maisha yangu—sio kama utendaji, bali kama ushuhuda hai wa neema Yako. Nitume katika nafasi za kawaida kwa uaminifu wa utulivu. Acha maisha yangu yamwakisi Kristo waziwazi, kwa uthabiti, na kwa kweli. Ninapokea utume Wako. Amina.

Tamko la Mwisho
Sema hivi kwa sauti kubwa:
Mimi ni barua hai ya Kristo.
Roho wa Mungu anaandika kupitia utiifu wangu. Ninaishi kwa uwazi, uaminifu, na unyenyekevu. Maisha yangu yanashuhudia ukweli. Nimetumwa.

Ahadi ya Mwisho
Ninajitolea **kuishi kile kilichoumbwa** .
Sitaharakisha kupita utii au kupunguza imani kuwa mawazo.
Ninatoa maisha yangu kama shahidi wa Kristo anayesomeka.

Neno la Kufunga
Hujakamilisha programu.
Umeingia katika mkao.
Soma polepole.
Tii kimya kimya. Ishi kwa uwazi.
Dunia inasoma.
— *Nyaraka Zilizo Hai*

HITIMISHO

Usomaji Utakapoisha, Uandishi Unaendelea

Kitabu hiki hakikukusudiwa kukamilika kwa maana ya kawaida.

Ilikusudiwa **kukamilisha kitu ndani yako** —na kisha kuanza kitu kupitia wewe.

Hujapitia tu siku arobaini za kutafakari. Umealikwa katika mkao: njia ya kuona utii si kama wajibu, bali kama mpangilio; si kama utendaji, bali kama malezi; si kama taarifa, bali kama mfano halisi.

Kutokana na maisha na ushuhuda wa CS Lewis, umeona kwamba imani pekee haimbadilishi mtu. Uelewa hautoi utii kiotomatiki. Hata uaminifu hauchukui nafasi ya kujisalimisha. Mabadiliko hutokea wakati ukweli unapohama kutoka akilini hadi kwenye utashi—na kutoka kwenye utashi hadi kwenye maisha ya kila siku.

Huu ni muujiza wa utulivu wa malezi.

Umefuatilia safari kutoka kusita hadi kujisalimisha, kutoka kuvutiwa hadi utii, kutoka kushindana ndani hadi kushuhudia kwa nje. Njiani, umekutana na maswali ambayo hayakuweza kujibiwa haraka, mazoea yaliyohitaji kujizuia, na nyakati zilizokuomba uamini bila udhibiti.

Hilo lilikuwa la makusudi.

Kwa sababu Mungu haandiki kazi Yake iliyo wazi zaidi kwa kasi.

Anaandika kwa uaminifu.

Waraka ulio hai hauandikwi kwa muda mfupi. Umeandikwa mstari kwa mstari—kupitia utii unaorudiwa-rudiwa, kujisalimisha kimya kimya, uvumilivu usioonekana, na upendo unaofanywa katika nafasi za kawaida. Hausomwi na wale wanaotupenda, bali na wale wanaoishi pamoja nasi.

Maisha yako sasa ndiyo maandishi.
Sio kamili.
Sio iliyokamilika. Lakini ni ya kweli.
Hujatumwa kama mtaalamu.
Umetumwa kama shahidi.
Hujapewa jukumu la kuelezea kila kitu.
Umepewa jukumu la **kuishi kwa uwazi** .
Roho wa Mungu anaendelea kuandika—si kwa wino, si kwa hoja, si kwa kelele—bali kupitia majibu yako chini ya shinikizo, kujizuia kwako unapokasirishwa, msamaha wako unapokosewa, unyenyekevu wako unapoonekana, na uaminifu wako unapotii unaonekana kuwa mrefu.
Hivi ndivyo Kristo anavyoonekana.
Unapofunga kitabu hiki, pinga kishawishi cha kuendelea haraka sana. Usitafute programu inayofuata, sauti inayofuata, au ufahamu unaofuata ili kuchukua nafasi ya kile kilichoanza. Acha kile kilichoundwa kichukue mizizi. Acha utii utulie katika tabia. Acha uaminifu uwe usio wa ajabu na thabiti.
Soma polepole.
Tii kimya kimya. Ishi kwa uwazi.
Dunia bado inasoma.
Na Mwandishi bado anaandika.

WITO WA KUCHUKUA HATUA

Ushirikiano kwa Ajili ya Mavuno

Unapofunga kitabu hiki, tunakualika uendelee na safari hatua moja zaidi—sio tu katika maisha yako mwenyewe, bali katika maisha ya roho nyingi zisizohesabika kote katika mataifa. Ikiwa jumbe kutoka kwa God's Eagle Ministries (GEM) zimeimarisha, kuamsha, au kurekebisha moyo wako, tunakuomba kwa unyenyekevu ufikirie kwa maombi **kushirikiana nasi kwa ajili ya mavuno** . Ulimwengu una njaa ya ukweli, tumaini, na sauti ya upole lakini isiyo na shaka ya Roho Mtakatifu, na pamoja tunaweza kuweka jumbe hizi mahali zinapohitajika zaidi.
Tunaamini vyombo vya habari ni zaidi ya teknolojia—ni **wavu wa kiroho** uliotupwa ndani kabisa ya mataifa, vijiji, miji, na sehemu zilizofichwa. Kupitia filamu, video, redio, na huduma ya kidijitali, GEM inawafikia watu ambao huenda wasiingie kanisani, lakini mioyo yao iko wazi kukutana na Kristo aliye hai.

Ushirikiano wako unatusaidia:

1. Tengeneza Maudhui ya Filamu na Video Yaliyojaa Roho
Hadithi na mafundisho yanayoponya, kuhamasisha, na kufichua upendo wa Yesu kwa njia zilizo wazi, zinazoweza kueleweka, na zinazobadilisha maisha.

2. Tangaza Injili kwenye Redio
Kupeleka Neno la Mungu magerezani, hospitalini, katika jamii za vijijini, na sehemu zilizo mbali zaidi ya intaneti—ambapo matumaini ni machache na ukweli ni wa thamani.

3. Panua Kampeni Zetu za Kufundisha na Kufunza Mitandao ya Kijamii
Ibada za kila siku, maombi, na mafundisho yanayowaimarisha waumini, kurejesha familia, na kuwaandaa wanafunzi duniani kote.

Kwa Nini Usaidizi Wako Ni Muhimu

Kila ujumbe unaotolewa unakuwa mbegu ya nuru.
Kila fundisho linakuwa kijito cha mabadiliko. Kila tendo la ukarimu linakuwa sehemu ya mavuno ya Mungu duniani kote. Utoaji wako husaidia huduma hii kufikia roho ambazo huenda tusikutane nazo duniani, lakini hakika tutakutana nazo milele. Hakuna kiasi maalum—toa tu kama Bwana anavyokuongoza. Kila zawadi, kubwa au ndogo, ina jukumu katika kuendeleza Ufalme.

Kwa Mshirika au Kutoa:
PayPal:
https://www.paypal.com/ncp/payment/D6NEFW56KG8LU
Tithe.ly:
https://tithe.ly/give?c=308311

Flutterwave –
https://flutterwave.com/donate/bbkpkokehxlw

Njia Zote za Kutoa:
https://www.otakada.org/partnership-giving
Asante kwa kusimama nasi.
Asante kwa kupanda katika mavuno. Asante kwa kutusaidia kupeleka ujumbe wa Kristo kwa mataifa.
Bwana awabariki sana, awaongeze kwa wingi, na awazidishe kila mbegu mtakayopanda kwa utukufu wake.
Kwa jina kuu la Yesu, Amina.

—Balozi Monday O. Ogbe , Zacharias Godseagle ; Faraja Ladi Mwanzilishi wa Ogbe
, Huduma za God's Eagle (GEM)
www.otakada.org

Jinsi ya Kuzaliwa Mara ya Pili na Kuanza Maisha Mapya na Kristo

Labda umewahi kutembea na Yesu hapo awali, au labda umekutana naye tu katika siku hizi 40. Lakini hivi sasa, kuna kitu ndani yako kinachosisimka.

Uko tayari kwa zaidi ya dini.

Uko tayari kwa **uhusiano** .

Uko tayari kusema, "Yesu, nakuhitaji."

Huu ndio ukweli:

"Kwa maana kila mtu ametenda dhambi; sote tumepungukiwa na kiwango cha utukufu wa Mungu ... lakini Mungu, kwa neema yake, hutufanya tuwe waadilifu kwa uhuru mbele zake."

— Warumi 3:23-24 (NLT)

Huwezi kupata wokovu.

Huwezi kujirekebisha. Lakini Yesu tayari amelipa gharama kamili — na anasubiri kukukaribisha nyumbani.

Jinsi ya Kuzaliwa Mara ya Pili

Kuzaliwa mara ya pili kunamaanisha kusalimisha maisha yako kwa Yesu — kukubali msamaha wake, kuamini kwamba alikufa na kufufuka tena, na kumpokea kama Bwana na Mwokozi wako.

Ni rahisi. Ina nguvu. Inabadilisha kila kitu.

Omba Hili Kwa Sauti:

"Bwana Yesu, naamini Wewe ni Mwana wa Mungu. Ninaamini ulikufa kwa ajili ya dhambi zangu na kufufuka tena. Ninakiri kwamba nimetenda dhambi na ninahitaji msamaha wako. Leo, ninatubu na kugeuka kutoka kwa njia zangu za zamani. Ninakualika katika maisha yangu ili uwe Bwana na Mwokozi wangu. Nioshe safi. Nijaze na Roho wako. Ninatangaza kwamba nimezaliwa mara ya pili, nimesamehewa, na nimeachiliwa. Kuanzia leo na kuendelea, nitakufuata -

nami nitaishi katika nyayo zako. Asante kwa kuniokoa. Kwa jina la Yesu, amina."

Hatua Zinazofuata Baada ya Wokovu

1. **Mwambie Mtu** - Shiriki uamuzi wako na mwamini unayemwamini.
2. **Tafuta Kanisa Linalotegemea Biblia** – Jiunge na jumuiya inayofundisha Neno la Mungu na kuliishi. Tembelea huduma za God's Eagle mtandaoni kupitia https://www.otakada.org au https://chat.whatsapp.com/H67spSun32DDTma8TLh0ov
3. **Batizwa** - Chukua hatua inayofuata kutangaza imani yako hadharani.
4. **Soma Biblia Kila Siku** - Anza na Injili ya Yohana.
5. **Omba Kila Siku** - Zungumza na Mungu kama rafiki na Baba.
6. **Endelea Kuunganishwa** - Jiunge na watu wanaokuhimiza kutembea kwako mpya.
7. **Anza Mchakato wa Ufuasi ndani ya jamii** - Jenga uhusiano wa mtu mmoja na Yesu Kristo kupitia viungo hivi

Ufuasi wa siku 40 1 - https://www.otakada.org/get-free-40-days-online-discipleship-course-in-a-journey-with-jesus/

40 Ufuasi 2 - https://www.otakada.org/get-free-40-days-dna-of-discipleship-journey-with-jesus-series-2/

Wakati Wangu wa Wokovu
Tarehe : ______________________________

Saini : ____________________
"Mtu akiwa ndani ya Kristo, amekuwa kiumbe kipya; ya kale yamepita, mapya yamekuja!"
— 2 Wakorintho 5:17

Cheti cha Maisha Mapya katika Kristo

Tamko la Wokovu - Kuzaliwa Mara ya Pili kwa Neema
Hii inathibitisha kwamba

____

(Jina Kamili)
ametangaza hadharani **imani katika Yesu Kristo**
kama Bwana na Mwokozi na amepokea zawadi ya bure ya wokovu kupitia kifo na ufufuo wake.
"Ukikiri waziwazi kwamba Yesu ni Bwana na kuamini moyoni mwako kwamba Mungu alimfufua kutoka kwa wafu, utaokoka."
— Warumi 10:9 (NLT)
Siku hii, mbingu hufurahi na safari mpya huanza.
Tarehe ya Uamuzi : ___________________________

Saini : _________________________________

Tamko la Wokovu
"Leo, najisalimisha maisha yangu kwa Yesu Kristo.
Ninaamini alikufa kwa ajili ya dhambi zangu na kufufuka tena.
Ninampokea kama Bwana na Mwokozi wangu.
Nimesamehewa, nimezaliwa mara ya pili, na kufanywa mpya.
Kuanzia wakati huu na kuendelea, nitatembea katika hatua zake."
Karibu katika Familia ya Mungu!
Jina lako limeandikwa katika Kitabu cha Uzima cha Mwanakondoo.
Hadithi yako inaanza tu — na ni ya milele.

UNGANA NA HUDUMA ZA MUNGU ZA EAGLE

- Tovuti: www.otakada.org
- Mfululizo wa Utajiri Zaidi ya Wasiwasi: www.wealthbeyondworryseries.com
- Barua pepe: ambassador@otakada.org

- **Unga mkono kazi hii:**

Saidia miradi ya ufalme, misheni, na rasilimali za kimataifa za bure kupitia utoaji unaoongozwa na agano.

Changanua Msimbo wa QR ili Utoe

https://tithe.ly/give?c=308311

Ukarimu wako unatusaidia kufikia roho zaidi, kutafsiri rasilimali, kuwasaidia wamisionari, na kujenga mifumo ya uanafunzi duniani kote. Asante!

Wasifu wa Mwandishi

Zakaria Godseagle

Mwandishi • Mwalimu • Kiongozi Mwenye Maono

Zacharias Godseagle ni mwalimu mwenye shauku wa Neno na sauti ya utambuzi kwa Mwili wa Kristo. Akiwa amebeba neema ya kipekee ya ufahamu wa kiroho, Zakaria anahudumu kwa uwazi, kina cha unabii, na hamu inayowaka moyoni ya kuwaona waumini wakitembea katika usafi, uchaji wa Mungu, na kujisalimisha kwa kweli kwa Kristo.

Kama mfanyakazi mwenza katika kazi ya God's Eagle Ministries (GEM), ana jukumu muhimu katika kuunda maudhui ya ufuasi, mwangaza wa maandiko, na ufikiaji unaotegemea vyombo vya habari unaogusa maisha katika mipaka ya kidijitali na kimwili. Maandishi yake yanazingatia mabadiliko ya ndani, utii, na urejesho wa Kristo kwenye kiti cha enzi cha moyo wa mwamini.

Zakaria anaongozwa na imani rahisi: **moyo unapopangiliwa, hatima hupangiliwa.**

Anaendelea kuwafikia hadhira duniani kote kupitia ufundishaji, ushauri, na miradi ya ubunifu iliyojaa Roho.

Balozi Jumatatu O. Ogbe

Mwandishi • Mjumbe wa Mawasiliano wa Kimisionari • Mwanzilishi, Huduma za God's Eagle (GEM)

Balozi Jumatatu Oreojo Ogwuojo Ogbe ndiye mwanzilishi wa **God's Eagle Ministries (GEM)** — misheni ya kimataifa yenye jukumu la "kuwaunganisha watu na Mungu kupitia Neno Lake." Akijulikana kwa shauku yake kubwa ya ukweli, usimulizi wa hadithi za kihisia, na mafundisho ya kinabii, anahudumu katika mataifa yote kupitia uandishi, utangazaji wa podikasti, utengenezaji wa filamu, uinjilisti wa kidijitali, na ufuasi.

Akiwa na uzoefu katika uongozi, vyombo vya habari, na misheni, Balozi Monday ana upako wa kitamaduni unaoanzia Afrika hadi Asia, Amerika, Ulaya, na Mashariki ya Kati. Mafundisho yake yanakabiliana na vita vilivyofichwa vya moyo wa mwamini—tamaa, mapambano ya utambulisho, kuridhika kiroho, na mmomonyoko mdogo wa urafiki na Mungu.
Yeye ndiye mwandishi wa ibada nyingi, mfululizo wa vitabu, na mafundisho ya media titika ambayo huwafikia mamilioni kupitia otakada.org na majukwaa ya kidijitali ya GEM.
Ujumbe wake wa maisha ni rahisi lakini wa kina:
"Kristo anapoketi katikati, kila kitu kingine kinachukua nafasi yake sahihi."

Faraja Ladi Ogbe

Mwandishi • Mwombezi • Mfanyakazi Mwenza katika Huduma
Faraja Ladi Ogbe ni mwandishi, mwombezi, na mfanyakazi mwenza katika kazi ya Ufalme ya God's Eagle Ministries. Akiwa na kipawa cha huruma, utambuzi, na roho ya malezi, huleta kina cha kihisia na msingi wa kiroho kwa kila mradi anaogusa.
Michango yake—mara nyingi nyuma ya pazia—hubeba harufu ya unyenyekevu, hekima, na uponyaji. Huwafariji wahudumu kupitia ushauri nasaha, maombi, ufuasi, na ushirikiano wa ubunifu, hasa katika kazi zinazosisitiza urejesho wa familia, ukomavu wa kiroho, na mabadiliko ya moyo.
Kama mwandishi, anaandika kutoka mahali pa uzoefu wa maisha na imani ya kiroho, akiwapa wasomaji uwazi, faraja, na kutia moyo kufuata ukamilifu katika Kristo.
Faraja imejitolea kuwasaidia waumini kumwona Mungu si tu katika maarifa, bali pia katika maisha ya kila siku—ambapo moyo hujifunza kumwamini, kujisalimisha, na kustawi.

Ukurasa wa Mwandishi:
https://www.amazon.com/stores/Zacharias-Godseagle/author/B0FCZ89D4K

VITABU NA RASILIMALI ZINAZOPENDEKEZWA

MTAKATIFU AUGUSTINE WA KIHIPU (354–430 BK)
Kutoka Moyo Usiotulia Hadi Maisha Yaliyoandikwa - Nyaraka Zilizo Hai – Mfululizo wa Ibada wa Siku 40 - 1

Kitabu pepe cha Amazon -
https://www.amazon.com/ST-AUGUSTINE-HIPPO-354-430-Devotional-ebook/dp/B0GJN8N9XS

Kiungo cha kuagiza cha Amazon Paperback -
https://www.amazon.com/St-Augustine-Hippo-354-430-Devotional/dp/B0GJWTVLR6

cha Ingramspark -
https://shop.ingramspark.com/b/084?params=BZOOW3dj93aGEtBL2Fv1VY8wV1OQvA10dtZRDgk7Z9Z

NICHANGANUE

Upyaji 7
Ponya Moyo wa Nyumba Yako katika Siku 7
Mfululizo wa Upya - Toleo la Umoja wa Familia

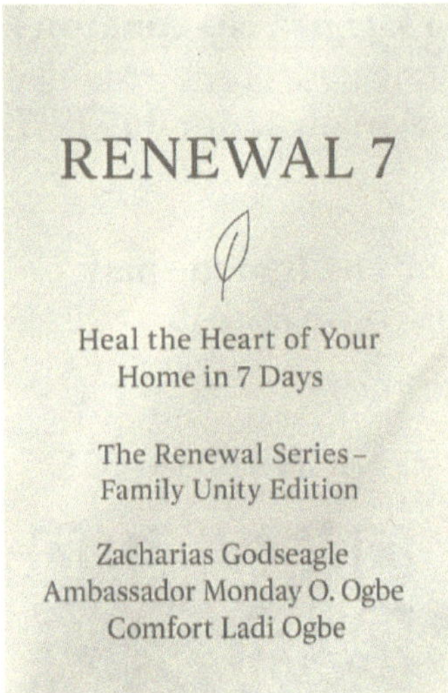

Kiungo cha Kitabu cha Karatasi -
https://shop.ingramspark.com/b/084?params=htyfL002e1JzyEpZWkKtaXWF5FJ1jZFOjgiQKEfcbnw

Kiungo cha Ukurasa wa Amazon Paperback -
https://www.amazon.com/RENEWAL-Heal-Heart-Your-Renewal/dp/B0GD92153W

Kiungo cha Kitabu pepe cha Amazon –

https://www.amazon.com/RENEWAL-Heal-Heart-Your-Renewal-ebook/dp/B0G91BMFND

NICHANGANUE –

Upyaji wa 7: Ponya Moyo wa Nyumba Yako Ndani ya Siku 7

Mfululizo wa Upya — Toleo la Umoja wa Familia

Kiungo cha Paperback -
https://shop.ingramspark.com/b/084?params=nSEelv9oUsItOu5akVZlg4ycGbbmvlBOtSiqeOZr5yQ

Kiungo cha nakala ya Amazon -
https://www.amazon.com/RENEWAL-MARRIAGE-Heart-Marriage-Renewal/dp/B0GDC1YZJ7

Kiungo cha Kitabu cha Pepe cha Amazon -
https://www.amazon.com/RENEWAL-MARRIAGE-Heart-Marriage-Renewal-ebook/dp/B0G6JXJWJL

Kiti cha Enzi cha moyo - Vita 12 ambavyo lazima tushinde

Kitabu cha kielektroniki cha Amazon - https://www.amazon.com/THRONE-HEART-COVETOUSNESS-Counterfeit-CONTENTMENT-ebook/dp/B0G4SPFRY7

Jalada la Amazon - https://www.amazon.com/THRONE-HEART-COVETOUSNESS-Counterfeit-CONTENTMENT/dp/B0G4TKW1ND

Karatasi iliyorudishwa kutoka Ingramspark - https://shop.ingramspark.com/b/084?params=a75LJXtvvI63VnzeQPleQTkAJWfu8CPQV6l5Oe31D80

Mahubiri 4 kati ya 1 na Zacharias Godseagle yenye kiungo cha Sauti –

cha Kitabu pepe cha Amazon - https://www.amazon.com/Sermons-Zacharias-Godseagle-Audio-links-ebook/dp/B0G4XCH4TW

Karatasi ya Amazon - https://www.amazon.com/Sermons-Zacharias-Godseagle-Audio-links/dp/B0G4TK4XGT

Kiungo cha cheche cha Ingram chenye karatasi - https://shop.ingramspark.com/b/084?params=nK2JERSkkbhdAOSNseTUNRhaCFqUPZuhB4uYfqrXvGb

MSIMBO WA HIFADHI: Uamsho wa AI

Kitabu pepe - https://www.amazon.com/Logos-Protocol-Awakening-artificial-intelligence-ebook/dp/B0FXNQFSWZ

Karatasi iliyorudishwa - https://www.amazon.com/Logos-Protocol-Awakening-artificial-intelligence/dp/B0FXNGR66D

Karatasi ngumu - https://www.amazon.com/Logos-Protocol-Awakening-artificial-intelligence/dp/B0FZNTQR6Y

Ingramspark ya Karatasi - https://shop.ingramspark.com/b/084?params=QkK4aNYTYO9U5z9uOkdHgc7Ue1eGDLqbb1tz9WRPaSk

Kwa Nini Ukombozi Hushindwa - na Jinsi Moto wa Mungu Unavyorudisha Nafsi: Matamko 40 ya Kila Siku kwa Ukombozi wa Pande Zote

Kitabu pepe - https://www.amazon.com/Why-Deliverance-Fails-Declarations-All-Round-ebook/dp/B0FW74L4G4

Karatasi iliyorudishwa - https://www.amazon.com/Why-Deliverance-Fails-Declarations-All-Round/dp/B0FWB3LXRM

Kuokolewa Lakini Kupotea – Mwongofu Asiyefunzwa – kutafsiriwa katika lugha 25

Karatasi iliyoandikwa kwa karatasi
https://shop.ingramspark.com/b/084?params=iYNB6S3PLMfREpm0jMM15bMe3BvWlkjcYyLYnHVGAds
Kitabu pepe - https://www.amazon.com/SAVED-BUT-LOST-UNDISCIPLED-heartbreak-ebook/dp/B0FVJ29DF7

SIKU 7 ZA VITA VYA KIROHO NA KUPONA - hii ni Sehemu ya 1

Kumfunga Adui, Kurudisha Mishale Mara Saba, na Kurejesha Hatima Yako

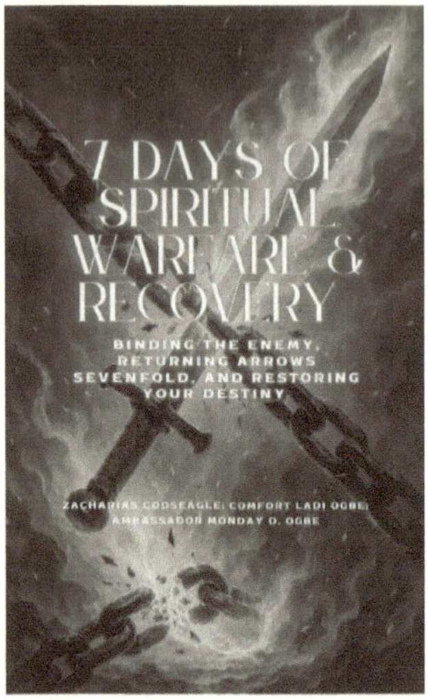

https://shop.ingramspark.com/b/084?params=8mPzqUl73Ex7uPyeO7ydyt8EGkkB6u2gX1jZvWU8j1C

Kiungo cha kitabu cha kielektroniki - https://www.amazon.com/DAYS-SPIRITUAL-WARFARE-RECOVERY-Returning-ebook/dp/B0FMPJM5KZ

SIKU 7 ZA VITA VYA KIROHO NA KUPONA - Sehemu ya 2 - Kufunga Ushindi, Kuvunja Uovu wa Kaya, na Kuhifadhi Hatima Yako Iliyorejeshwa

Karatasi iliyorudishwa -
https://shop.ingramspark.com/b/084?params=LkpNmGSsApHhWhiSO7bW3wFmcXQKIO4ZEBeSbP5rL1S

Kitabu cha kielektroniki -
https://www.amazon.com/DAYS-SPIRITUAL-WARFARE-RECOVERY-Wickedness-ebook/dp/B0FR9YCMY8

KUTOKA GIZANI HADI KUTAWALA: Siku 40 za Kujitenga na Mshiko Uliofichwa wa Giza

–

Ibada ya Kimataifa ya Uelewa, Ukombozi na Nguvu - Kwa Watu Binafsi, Familia, na Mataifa Yaliyo Tayari Kuwa Huru

Karatasi iliyoandikwa kwa karatasi
https://shop.ingramspark.com/b/084?params=aVgp21QfwJxNAnkfMxIQ0yejuFCVY12KFr978SRkZUD
Amazon - https://www.amazon.com/DARKNESS-DOMINION-Devotional-Awareness-Deliverance-ebook/dp/B0FLDH2Y67

- *Kuokolewa kutoka kwa Nguvu za Giza* **(Kitabu cha Karatasi)** — Nunua Hapa | Kitabu pepe kwenye Amazon

  - **Mapitio Bora kutoka Marekani:**
    - **Mteja wa Kindle** : "Kitabu Bora Zaidi cha Kikristo Kuwahi Kusomwa!" (Nyota 5)

Yesu asifiwe kwa ushuhuda huu. Nimebarikiwa sana na ningependekeza kila mtu asome kitabu hiki... Kwa maana mshahara wa dhambi ni mauti, lakini karama ya Mungu ni uzima wa milele. Shalom! Shalom!

    - **Da Gster** : "Hiki ni kitabu cha kuvutia sana na cha ajabu." (Nyota 5)

Ikiwa yaliyosemwa katika kitabu ni kweli basi tuko nyuma sana katika kile ambacho adui anaweza kufanya! ... Lazima kwa yeyote anayetaka kujifunza kuhusu vita vya kiroho.

    - **Visa** : "Napenda kitabu hiki" (nyota 5)

Hii ni njia ya kufungua macho... ungamo la kweli... Hivi majuzi nimekuwa nikiitafuta kila mahali ili kuinunua. Nimefurahi sana kuipata kutoka Amazon.

    - **FrankJM** : "Tofauti kabisa" (nyota 4)

Kitabu hiki kinanikumbusha jinsi vita vya kiroho vilivyo halisi. Pia kinanikumbusha sababu ya kuvaa "Silaha Kamili za Mungu."

- **JenJen** : "Kila mtu anayetaka kwenda Mbinguni - soma hii!" (Nyota 5)

Kitabu hiki kilibadilisha maisha yangu sana. Pamoja na ushuhuda wa John Ramirez, kitakufanya uangalie imani yako tofauti. Nimekisoma mara 6!

- *Mshetani wa Zamani: The James Exchange* (Paperback) — Nunua Hapa | Kitabu pepe kwenye Amazon

- ***USHUHUDA WA MWANZO WA ZAMANI WA KISHETANI MWafrika*** - *Mchungaji JONAS LUKUNTU MPALA* (Kitabu cha Karatasi) — Nunua Hapa | Kitabu pepe kwenye Amazon

- *Greater Exploits 14* (Kitabu cha Karatasi) — Nunua Hapa | Kitabu pepe kwenye Amazon

- *Kutoka kwenye Cauldron ya Ibilisi* na John Ramirez — Inapatikana kwenye Amazon
- *Alikuja Kuwaweka Wafungwa Huru* na Rebecca Brown — Tafuta kwenye Amazon

Vitabu vingine vilivyochapishwa na mwandishi - Zaidi ya vitabu 1000

Kupendwa, Kuchaguliwa na Kukamilika : Safari ya Siku 30 kutoka Kukataliwa hadi **Urejesho** iliyotafsiriwa katika lugha 40 za dunia

https://www.amazon.com/Loved-Chosen-Whole-Rejection-Restoration-ebook/dp/B0F9VSD8WL

https://shop.ingramspark.com/b/084?params=xga0WR16muFUwCoeMUBHQ6HwYjddLGpugQHb3DVa5hE

Katika Hatua Zake — Changamoto ya Siku 40 ya Vita vya Kwanza vya Dunia:
Kuishi Kama Yesu katika Hadithi za Maisha Halisi Kote Duniani

https://www.amazon.com/His-Steps-Challenge-Real-Life-Stories-ebook/dp/B0FCYTL5MG

https://shop.ingramspark.com/b/084?params=DuNTWS59IbkvSKtGFbCbEFdv3Zg0FaITUEvlK49yLzB

YESU MLANGONI:
Hadithi 40 za Kuvunja Moyo na Onyo la Mwisho la Mbinguni kwa Makanisa ya Leo
https://www.amazon.com/dp/B0FDX31L9F

https://shop.ingramspark.com/b/084?params=TpdA5j8WPvw83glJ12N1B3nf8LQte2a1lIEy32bHcGg

MAISHA YA AGANO: Siku 40 za Kutembea katika Baraka ya Kumbukumbu la Torati 28

- https://www.amazon.com/dp/B0FFJCLDB5

Hadithi kutoka kwa Watu Halisi, Utiifu Halisi, na Halisi

https://shop.ingramspark.com/b/084?params=bH3pzfz1zdCOLpbs7tZYJNYgGcYfU32VMz3J3a4e2Qt

Mabadiliko katika lugha zaidi ya 20

KUMJUA NA KUMJUA:
Siku 40 za Uponyaji, Uelewa, na Upendo wa Kudumu

https://www.amazon.com/KNOWING-HER-HIM-Healing-Understanding-ebook/dp/B0FGC4V3D9

https://shop.ingramspark.com/b/084?params=vC6KCLoI7Nnum24BVmBtSme9i6k59p3oynaZOY4B9Rd

KAMILI, SI KUSHINDANA:

Safari ya Siku 40 kuelekea Kusudi, Umoja, na Ushirikiano

https://shop.ingramspark.com/b/084?params=5E4v1tHgeTqOOuEtfTYUzZDzLyXLee30cqYo0Ov9941

https://www.amazon.com/COMPLETE-NOT-COMPETE-Journey-Collaboration-ebook/dp/B0FGGL1XSQ/

MSIMBO WA AFYA WA KIMUNGU - Funguo 40 za Kila Siku za Kuamsha Uponyaji Kupitia Neno la Mungu na

Uumbaji Kufungua Nguvu ya Uponyaji ya Mimea, Maombi, na Matendo ya Kinabii

https://shop.ingramspark.com/b/084?params=xkZMrYcEHnrJDhe1wuHHWixZDViiArCeJ6PbNMTbTux

https://www.amazon.com/dp/B0FHJT42TK

Vitabu vingine vinaweza kupatikana kwenye ukurasa wa mwandishi https://www.amazon.com/stores/Ambassador-Monday-O.-Ogbe/author/B07MSBPFNX

www.ingramcontent.com/pod-product-compliance
Lightning Source LLC
LaVergne TN
LVHW040421051026
849517LV00002B/405

* 9 7 9 8 2 9 5 7 3 8 7 6 0 *